व्यंकटेश माडगूळकर

वावटळ

I0552523

मेहता पब्लिशिंग हाऊस

VAVTAL
by
VYANKATESH MADGULKAR

वावटळ । कादंबरी
व्यंकटेश माडगूळकर

© ज्ञानदा नाईक

मराठी पुस्तक प्रकाशनाचे हक्क
मेहता पब्लिशिंग हाऊस, पुणे.

प्रकाशक
सुनील अनिल मेहता,
मेहता पब्लिशिंग हाऊस,
१९४१, सदाशिव पेठ,
माडीवाले कॉलनी, पुणे - ३०.

अक्षरजुळणी
इफेक्ट्स, २१/६ब,
आयडिअल कॉलनी,
कोथरूड, पुणे - ३८.

मुखपृष्ठ व मांडणी
चंद्रमोहन कुलकर्णी
मुखपृष्ठावरील लेखकाचे छायाचित्र
शेखर गोडबोले

प्रकाशनकाल
पहिली आवृत्ती १९८५ । १५ ऑगस्ट, १९९० । २६ जानेवारी, २००० ।
२६ जानेवारी, २००८ ।
मेहता पब्लिशिंग हाऊस यांची पाचवी आवृत्ती मे, २०१२ । एप्रिल, २०१३ ।
पुनर्मुद्रण : ऑक्टोबर, २०१७

P Book ISBN 9788184983876
E Book ISBN 9789386888112
E Books available on : play.google.com/store/books
www.amazon.in

✆ +91 020-24476924 / 24460313

Email : info@mehtapublishinghouse.com
production@mehtapublishinghouse.com
sales@mehtapublishinghouse.com

Website : www.mehtapublishinghouse.com

- *या पुस्तकातील लेखकाची मते, घटना, वर्णने ही त्या लेखकाची असून त्याच्याशी प्रकाशक सहमत असतीलच असे नाही.*

तीस जानेवारी एकोणीसशे अठ्ठेचाळीस

नवी दिल्ली : आज संध्याकाळी पाच वाजून दहा मिनिटांनी गांधीजी सायंप्रार्थनेच्या जागी आले. आभाबेन आणि मनू या आपल्या नातींच्या खांद्यांवर दोन्ही हात टाकून ते हळूहळू चालत होते. सायंप्रार्थनेसाठी जमलेल्या दुतर्फा गर्दीतून व्यासपीठाकडे जाताना लोकांचे नमस्कार स्वीकारण्यासाठी त्यांनी नातींचा आधार सोडला आणि दोन्ही हात जमावाला जोडले.

एवढ्यात गर्दी वारीत नथुराम विनायक गोडसे हा माणूस पुढे आला आणि अगदी समोर उभे राहून त्याने हातातील पिस्तुलाने लागोपाठ तीन गोळ्या गांधीजींवर झाडल्या. 'हे राम!' असे उद्गार काढून गांधीजी धरणीवर पडले.

पुणे

तीसलाच रात्री बातमी कळली. सगळे तपशील समजले.

दुसऱ्या दिवशी सकाळी दंगलीला सुरुवात झाली. टोळक्या-टोळक्यांनी लोक शहरभर हिंडू लागले. डोक्याला टोपी, रुमाल घालून हिंडणाराला त्यांनी बोडके व्हायला लावले.

लोकांनी काही ठिकाणी दगडफेक केली, काही दुकान लुटली, उपाहारगृह जाळली. वर्तमानपत्राची कचेरी जाळली. बेफाम झालेल्या जमावाला काबूत आणण्यासाठी पोलिसांनी शहरात तीन जागी गोळीबार केला.

छत्तीस तासांची कर्फ्यू ऑर्डर जारी केली.

पुण्याचे सगळे वाहते रस्ते आटून गेले. सगळी दुकाने बंद झाली. वाहने बंद होती. नाना तऱ्हेच्या आवाजाने चोवीस तास बोलणारे हे शहर वाचा बसल्यासारखे गप्प झाले होते. काळ्या स्लेट पाटीवर दगडी पेन्सिलीने चरा उठावा; तशी एखादी लष्करी गाडी डांबरी रस्त्यावर वाजत असे. बावरलेली भटकी कुत्री काय करावे हे न कळून, पुनःपुन्हा रस्ता ओलांडत होती. आणि भिंतीकडेला उभी राहून मोकळ्या रस्त्याकडे बघत होती.

रोजचे व्यवहार अवघडले होते. वडील माणसांना नोकरी-धंद्यावर जाता येत नाही, मुलाबाळांना शाळेला जाता येत नाही. दुधाचा गवळी येत नाही. वाण्याच्या दुकानाकडे जाता येत नाही. पिठाच्या गिरण्या चालू नाही. सगळी घडीच विस्कटून गेली आहे.

संध्याकाळ झाली. थंड वारे सुटले. सोनेरी उन्हे छपरावर उतरली. पण रस्ते मोकळे, बागा मोकळ्या, थिएटरे, हॉटेले बंद. रोज संध्याकाळी जागोजाग गर्दी करणाऱ्या चिमण्या-साळुंक्यासुद्धा कुठे दिसत नव्हत्या. पुलाखाली पारवे फिरत नव्हते.

रात्री बाजारपेठा उदास दिसत होत्या. दुकाने बंद होती. फक्त खांबांवरचे दिवे तेवढे जागते राहत होते. आजाऱ्याच्या रात्रीसारखी रात्र जाता जात नव्हती.

दुपारी झोपलो होतो; तो मी साडेपाचला जागा झालो. चादर अंगावर ओढून घेऊन उगीच पडून राहिलो होतो. गेले दोन दिवस मी धड जेवलो नव्हतो. अन्नावर वासना नव्हती.

एरवी या वसतिगृहाच्या खोल्यांतून राहणारी शाळा-कॉलेजांतील मुले या वेळी केवढा गोंधळ करायची. वर दाणदाण पावले वाजायची, वेड्याविद्र्या आवाजाने गाण्यांच्या ओळी म्हटल्या जायच्या. आडनावांची कडबोळी वळून हाका मारल्या जायच्या. स्टोव्ह फरफरायचे, नळावर बारड्या वाजायच्या. आज सगळे गप्प होते.

मला काही खावे असे वाटत नव्हते. खोलीतून बाहेर पडू नये असे वाटत होते. सारखी चुणचुण थंडी वाजत होती. अंगावरचे पांघरूण काढावे वाटत नव्हते. मी आजारी होतो का? अंग गरम नव्हते, डोके दुखत नव्हते. जीभ मात्र अस्वच्छ वाटत होती.

खोलीतील उजेड हलके-हलके कमी होत होता. डासांची गुणगुण वाढली होती. दुपारी यशवंताही पलीकडे असलेल्या कॉटवर झोपला होता. दार ओढून घेऊन तो गेल्यासारखे मधे कधीतरी वाटले होते. कुठे गेला? कामावर गेला असेल. पण आज कचेऱ्या सुरू आहेत का? यशवंताची कचेरी या कंपाउंडातच आहे. पण अशा स्थितीत कचेऱ्यांत काय कामकाज चालणार?

संध्याकाळ दाटून आली होती. कसे उदास वाटते होते. आज वार कोणता, तारीख किती? जानेवारी दोन की तीन? फार वेळ पडून राहिलो होतो. आता उठावे. दिवा लावावा. नळावर जाऊन स्वच्छ तोंड धुवावे. गार पाणी डोळ्यांवर शिंपडावे. चला, उठले पाहिजे असे घोकत-घोकत

पडूनच राहिलो होतो. झोप नव्हती, पण डोळे जड होऊन सारखे झाकत होते. खोल चाललो आहोत, तोल जाऊन पडतो आहोत असे वाटत होते. डोळे प्रयासाने उघडावे लागत होते.

आई गं! आई!

पुन्हा घुसमटून पांघरुणात गोळा झालो.

खोलीचे दार आत ढकलल्याचे मला कळले नव्हते. लख्खकन दिवा लागला. डोक्यावरून पांघरूण घेऊन मी पालथा झोपलो होतो, तरी आत कळले की दिवा लागला. यशवंता आला का?

मला हलवीत यशवंता म्हणाला, ''अरे, अजून काय झोपून राहिला आहेस? ऊठ!''

मी पांघरूण दूर करून उताणा झालो. प्रकाशाने डोळे दिपले. माझ्या गळ्याला, कपाळाला हात लावून यशवंता म्हणाला, ''ताप-बीप नाही ना!''

''नाही, पण उठावंसं वाटत नाही.''

''ऊठ, जेवून झोप. आज आपल्या जेवणाची सोय झाली आहे. आमच्या साहेबांनी आपल्या दोघांनाही जेवायला बोलावलं आहे –''

''मला जेवायचं नाही.''

''थोडंसं खा – ऊठ – आठ वाजून गेले! ती माणसं वाट बघत असतील.''

यशवंताच्या या चिकट आग्रहाचा मला तिटकारा आला होता. जेवण ही गोष्ट याला इतकी महत्त्वाची का वाटते! नाही जेवलं; तरी माणूस काही मरत नाही लगेच.

''तू जा, मी नाही येत.''

''का?''

काय सांगायचे? –

''मला संकोच वाटतो. तुझे साहेब माझ्या काही इतक्या ओळखीचे नाहीत. मला कशाला बोलावतील ते? तूच सांगितलं असशील त्यांना.''

''अरे, पण त्यात संकोच कसला? आपल्याला जेवण पाहिजे आहे, त्यांचं घर आहे. म्हणून दोन पानं जड नाहीत त्यांना. सोय झाल्याशी

गाठ. खानावळीत वाढपी काय ओळखीचे असतात? आपले हाल बघून त्यांनी या म्हणून सांगितलं आणि नाही म्हणायचं का आपण? चल!''

यशवंताने मला हात धरून उठवले. फार नाखुशीने मी त्याच्या मागोमाग गेलो. त्याची आपुलकीसुद्धा मला नको वाटत होती.

वसतिगृहाच्या मोठ्या आवारात कचेरी होती. या कचेरीला लागूनच असलेल्या तीन खोल्यांत साहेबांचे बिऱ्हाड होते.

आम्ही उंबऱ्याच्या आत पाऊल टाकताच सतरंजी अंथरूण उघड्या अंगाने बसलेले साहेब म्हणाले, ''या, या, बसा.''

खाली-वर बघत मी सतरंजीवर बसलो. यशवंता उभ्यानेच म्हणाला, ''हा काही येत नव्हता. माझी ओळख नाही, संकोच वाटतो म्हणाला.''

साहेब खोटेखोटे म्हणाले, ''अरे, संकोच कसला? आपण एका संस्थानातले – आणि तुमचे वडील चांगल्या माहितीचे आहेत माझ्या. हल्लीच पेन्शन घेतली त्यांनी. आता कुठं, गावीच असतात का?''

''हो.''

''हं, काही शेतीभाती आहे वाटतं?''

''थोडीशी.''

''चांगलं आहे! बस की रे, उभा का? तुम्ही इथं पुण्याला कोणत्या वर्तमानपत्रात काम करता?''

हा प्रश्न विचारला जाऊ नये, असे मला नेहमी वाटे. पण लोक हटकून विचारत.

''नोकरीला नाही. मासिकांतून, साप्ताहिकांतून लिहितो –''

''अस्सं? प्राप्ती बरी असेल. हल्ली फार लोक मासिकं वाचतात. आमच्या घरीसुद्धा वाचनाचा नाद आहे, सगळ्यांना.'' चेहरा आतल्या बाजूला करून साहेबांनी विचारले, ''झालं का हो?''

कमी कॅन्डलपॉवरचा बल्ब लावल्यामुळे स्वयंपाकघरात अंधार वाटत होता. धुराचा आणि आमटीचा वास बाहेर येत होता. साहेबांनी 'झालं का हो?' म्हणताच आतून बायकी आवाज आला –

''झालं, पाटपाणीच चाललंय.''

यशवंता चटकन उठून मदतीसाठी आत गेला.

त्याचे इथले नाते अवघडच होते. हे वसतिगृह, आसपासच्या

इमारती, रस्त्याकडेला असलेली दुकाने – ही सगळी आमच्या संस्थानची इस्टेट होती. तिच्या व्यवस्थेसाठी हे साहेब वहिवाटदार म्हणून नेमलेले होते. यशवंता त्यांच्या हाताखालचा कारकून होता. तरातरा आत गेला, तो पाटपाणी घेण्यासाठी. डावे-उजवे वाढण्यासाठीच!

उंचीने ढेंगाळे आणि अंगाने बारीक असलेले साहेब गुडघे वर करून बसले होते. लांबसडक हातांनी पावले चोळीत ते म्हणाले, "आज दुपारी याला सहज विचारलं, जेवणाचं काय करता म्हणून; तर म्हणाला, फार हाल आहेत. खानावळी बंद, कुठे बाहेरही पडता येत नाही. खोलीत तर स्टोव्हसुद्धा नाही. मी म्हणालो, अरे, मग ये आज आमच्याकडे. अहो, प्रसंग आहे; ओळखला पाहिजे. काय?"

यावर नुसता हुंकार देऊन मी छताकडे पाहिलं.

"मग हळूच म्हणाला, 'माझ्या खोलीत माझा मित्र आहे. कोण, तर अमक्यातमक्याचा शंकर. मी म्हणालो, अरे, मग त्यालाही घेऊन ये. ब्राह्मणच आहे!' काय?"

मी कसातरी हसलो.

"होय की!"

हा गृहस्थ आणखी काय काढतो म्हणून मी धास्तावून बसलो होतो. उगीच इकडेतिकडे बघत होतो.

अवघडल्या स्थितीत काही मिनिटे गेली. यशवंता बाहेर आला आणि म्हणाला, "चला."

साहेबाची लग्नाला आलेली मुलगी वाढत होती. स्वतः बाईसाहेब गरम पोळ्या करीत होत्या. मी खाली मान घालून अन्न चिवडीत होतो.

बाई पोळी लाटता-लाटता म्हणाल्या, "संकोचू नका हो, पोटभर जेवा. खानावळीतलं जेवून-जेवून वीट आला असेल!"

यशवंता लगेच म्हणाला, "होय, होय, तो वाससुद्धा नको वाटतो." आणि भिंतीला टेकून उभ्या राहिलेल्या मुलीकडे पाहून तो बोलला, "मला भाजी वाढा थोडी, छान झालीय."

मला जेवणाचा कंटाळा आला. संभाषणाचा कंटाळा आला. मुलीची आदब, बाईंचा आग्रह, साहेबांचा आपलेपणा, यशवंताची लाचारी हे सगळे नको-नको वाटू लागले.

खोलीवर परत आलो. वकिलांचा गोपू येऊन कॉटवर सिगारेट ओढत बसला होता. आम्ही येताच तो कावून म्हणाला, ''पुण्यात राहणं आता कठीण आहे. फार हाल होतात. मी उद्या जाणार नांदवडीला. तुम्ही येणार का?''

''जाऊ या का शंकर? महिना-पंधरा दिवस निवांत राहू या तिकडं.''

''जाऊ या. पण स्टेशनवर तरी जाता येतं का?''

''उद्या काही भागातील कर्फ्यू काही तासांपुरता उठणार आहे. तुम्ही तयारी करा. उद्या रात्रीच्या गाडीनं जाऊ. मी येतो इकडं. वाहन काही मिळायचं नाही. चालत जाऊ स्टेशनपर्यंत.''

थोडा वेळ यशवंताशी काहीबाही बोलून गोपू उठला. मी पडूनच होतो. कशात रस वाटत नव्हता.

गोपू गेल्यावर यशवंताने विचारले, ''दिवा घालवू?''

''हं.''

अंधार झाला. बरे वाटले.

पलीकडल्या लोखंडी कॉटवर पडलेल्या यशवंताने विचारले, ''तुला काय झालंय? आवाज खोल गेलाय, चेहरा उतरलाय –''

''काही नाही.''

''पुष्कळ लोकांच्या मनावर परिणाम झालाय या बातमीनं. काही लोक तर म्हणे बातमी ऐकताच बेशुद्ध झाले होते.''

''हं.''

''आपण जाऊ या गावी. आपल्या माणसांत गेल्यावर बरं वाटेल. मला फार दिवस झाले घरी जाऊन.''

''माझ्याजवळ पैसे नाहीत तिकिटाला.''

''मी काढेन तिकीट.''

''जाऊ या!''

प्रवास

ड्रायव्हरच्या मागच्या बाजूस असलेल्या लांबड्या कंपार्टमेंटमध्ये आम्ही तिघेजण बसलो होतो आणि सर्व्हिस मोटार सारंगपूर मार्गाने धुरळा उडवीत चालली होती. इंजीनच्या सतत चाललेल्या गुरगुरीमुळे कानाला दडे बसले होते. सतत बसणाऱ्या हेलकाव्यांमुळे डोळे पेंगत होते. अंगावर, कपड्यांवर धुळीची पुटे चढत होती. सारंगपूर जवळजवळ येत चालले होते.

गेली रात्र एम.एस.एम.च्या तिसऱ्या वर्गाच्या डब्यात गेली होती. त्या खाणाखुणा अंगावर होत्या. तिसऱ्या वर्गाच्या डब्याचा येणारा घाणेरडा वास अंगाला लागला होता. अंथरुणापांघरुणाअभावी नुसत्या बाकड्यांवर झोपल्यामुळे अंगावरचे कपडे काळे झाले होते; केस मळले होते. गार वाऱ्याने धावत्या रेल्वेच्या डब्यात घुसून रात्रभर बडवले होते; त्यामुळे नाकाला वारंवार पाणी येत होते. माझे गाल आणि ओठ तडकले होते.

माझ्या शेजारी बसलेल्या यशवंताने हात दोन्ही मांड्यांच्या फटीत खुपसले होते. डोके माझ्या खांद्यावर टेकले होते. त्याच्या मिटल्या डोळ्यांच्या पापण्यांवर धूळ बसली होती. अरुंद कपाळावर छपरासारखे आलेले केस धुळीने माखून गेले होते. त्याला गाढ झोप लागली होती. सैल पडलेले त्याचे डोके माझ्या खांद्यावर सारखे लडबडत होते. यशवंता माझ्याच वयाचा, म्हणजे बावीस वर्षांचा होता. अंगाने सडपातळ आणि रंगाने चांगला गोरा होता. त्याचा चेहरा लहान मुलासारखा होता आणि नाक अपरे होते. त्याची लहानशी हनुवटी दाढीच्या लवेमुळे

काळसर झालेली होती.

आमच्या पलीकडे गोपू बसला होता. तो अंगाने चांगला भरलेला, वयाने मोठा आणि आमच्यापेक्षा दांडगादुंडगा होता; पण त्याची उंची जरा कमी होती. आपल्या केसाळ हाताची घडी त्याने रुंद छातीवर घातली होती. तोही डुलक्या घेत होता. पण यशवंताप्रमाणे त्याची मान लडबडत नव्हती. एका ठिकाणी जाम बसल्या बसल्याच डोळे मिटून तो झोप घेत होता.

मी आणि यशवंता लहानपणापासून एका शाळेत शिकलो होतो. माझे वडील कारकून होते आणि त्याचे वडील मास्तर होते. दोघांनीही नुकतीच पेन्शन घेतली होती. आमच्या दोघांच्याही कुटुंबांचा सामाजिक दर्जा एकाच पातळीवरचा होता आणि आम्ही एकमेकांचे चांगले मित्र होतो. दोन वर्षांपूर्वी खेडे सोडून मी पुण्याला आलो होतो. यशवंता माझ्या अगोदर एक वर्ष येऊन पुण्याला राहिला होता. आमच्या संस्थानची पुण्याला जी लहानशी इस्टेट होती, तिथे असलेल्या विद्यार्थी वसतिगृहात यशवंताला जागा मिळाली होती. मीही तिथेच राहत होतो.

गोपूला आमचा मित्र म्हणता आले नसते. कारण त्याचा बाप मोठा वकील होता. चांगला पैसेवाला होता. मोठ्या बापाचा एकुलता एक गोपू पुण्याला राहून लॉचा अभ्यास करीत होता. उंची सिगारेट ओढणाऱ्या आणि भारी सूट वापरणाऱ्या गोपूची आणि धुतलेले कपडे वापरणाऱ्या आमची मैत्री कशी असेल? फक्त आम्ही तिघे एका गावचे म्हणजे सातारा जिल्ह्यातील नांदवडीचे होतो. मला तिथलाही म्हणता येणार नाही; कारण माझे खेडे नांदवडी या तालुक्याच्या गावापासून चार-पाच मैलांवर होते. शिक्षणाच्या निमित्ताने मी फार दिवस नांदवडीस राहिलो होतो इतकेच. यशवंता आणि गोपू यांची घरे शेजारी होती, थोडाफार घरोबा होता.

मोटारीतील हवा गरम झाली होती. दाटीवाटीने बसलेल्या उतारूंचे गरम श्वास, गरम हवा यामुळे हौद्यांतले वातावरण भरून गेले होते. बरेच दिवस अंगावर राहिलेल्या कपड्यांचा वास उधसत होता. हौद्यामध्ये कुणाचे तरी मोठे मिरच्यांचे गठळे होते; त्याचा खाट ठसका आणीत होता. कुठेतरी सुकट बोंबिलाचे पोतेही असावे. बाकीच्या सगळ्या वासांना मारून तो वास गरम श्वासाबरोबर छातीत येत होता. मोटारीतल्या बऱ्याच उतारूंना हे वास माहितीचे होते; पण ज्यांचे डोके या वासाने

उठत नव्हते, त्यांना मोटारीच्या पेट्रोलचा वास भोवळ आणीत होता. नाकाला पदर लावून बाया गप्प बसल्या होत्या.

ज्वारीच्या पिकांनी भरलेली राने, हिरवेगार माळ, आंब्याची डेरेदार झाडे, बाभळी-तरवडांनी झाकलेल्या ताली मागे पडत होत्या.

सारंगपूर जवळ आले. मोटारीचा वेग थोडा कमी झाला. जकातनाक्यातून बाहेर आलेल्या माणसाला 'काही नाही हो –' असे किन्नरने ओरडून सांगितले आणि फुटक्या बुरुजाला वळसा घालून मोटार गावात शिरली. यशवंताला हलवून मी म्हणालो, "ऊठ रे, सारंगपूर आलं.''

यशवंताने एकदम टक्क डोळे उघडले. बावरून इकडेतिकडे पाहिले. आपण कुठे आहोत, कुठे निघालो आहोत याची जाणीव त्याला झाली. अंगाला आळोखेपिळोखे देऊन झाल्यावर गोपूला हलवीत तो म्हणाला, "हं ऊठ! गाव आलं.''

गोपूने डोळे उघडले, अंगावरची धूळ झटकली.

मोठमोठ्याने हॉर्न वाजवीत मोटार स्टँडवर आली. उतरण्यासाठी अगोदरच उभे राहिलेले लोक, तोल सांभाळून सामानसुमान आवरू लागले. मोटारीभोवती हमालांची, भिकाऱ्यांची गर्दी उसळली. धुळीने माखलेल्या पिशव्या घेऊन तिघेही खाली उतरलो.

नांदवडीकडे जाणारी मोटार दुपारी दोन वाजता होती. आता केवळ साडेदहा वाजले होते. वेळ कसा घालवावा याची अडचण होती. तरी पण प्रथम स्टँडवरच्या लक्ष्मीविलास हॉटेलमध्ये जाऊन मिसळपाव खात बसलो. मिसळ लगेच संपली, वेळ मात्र तसाच राहिला. अवघड बाकड्यांवर बसूनच चार तास कसे घालवावेत याचा विचार केला. पुण्याप्रमाणे इकडे काही गोंधळ दिसत नव्हता, हे बरे होते.

यशवंता म्हणाला, "परशुराम मोटार सर्व्हिसच्या ऑफिसमध्ये चला. अंग आडवं टाकून तासभर झोप काढू.''

गोपू म्हणाला, "आता आणखी कसली झोप? कऱ्हाडपासून इथपर्यंत झोपच झाली की –''

"मग?''

"गावात चला, हिंडू या.''

"आणि इकडे मोटार भरू दे. जागा धरली नाही, तर आज आपण घरी पोहोचणार नाही."

पण गोपूला यशवंताचे हे म्हणणे पटले नाही. गावातल्या आपल्या नातेवाइकांकडे जाण्याचा त्याने आग्रह धरला आणि पिशव्या हलवीत बरेच गल्लीबोळ पार करून आम्ही एका वाड्यापाशी आलो.

गोपू म्हणाला, "हा माझ्या मावशीचा वाडा."

आत शिरलो. वाडा चांगला चौसोपी होता. आम्हाला बघताच आखूड खाकी चड्डी घातलेला एक पोरगा 'या, या', म्हणत पुढे आला. गोपू आमच्याकडे पाहून म्हणाला, "हा माझा मावसभाऊ नाना!"

सोप्यात टाकलेल्या जाजमावर बसलो. दरम्यान, मावशी आतून बाहेर आल्या आणि उंबऱ्याच्या आत बसूनच गोपूशी बोलू लागल्या. मी सोप्यात लावलेल्या फोटोवरून नजर फिरविली. रविवर्म्याच्या चित्रांच्या जोडीने हेडगेवार-सावरकरांचे फोटोही पिवडी दिलेल्या भिंतीवर टांगलेले होते. खुंटीला रुंद कातडी कमरपट्ट्याचे वेटोळे लोंबत होते. त्याच खुंटीवर राष्ट्रीय स्वयंसेवक संघाची काळी टोपीही होती. दोन खुंट्यांवर आडवा ठेवलेला दंडही होता.

मावसभावाने विचारले, "काय मधेच?"

गोपू म्हणाला, "मोठी पंचाईत झाली पुण्यात राहण्याची. अठ्ठेचाळीस तास कर्फ्यू. खोलीच्या बाहेर पडता येईना. जेवणखाण मिळेना. म्हणालो, चला आपल्या गावाकडे जाऊ."

मावशीने विचारले, "फार गडबड झाली म्हणून वाचलं पेपरात."

"तर, तर हो!"

पुण्यात झालेल्या जाळपोळीचे, लुटालुटीचे रसभरित वर्णन गोपूने केले. यशवंताने आणि मी तपशील पुरविले. डोळे मोठे करून आणि ओठाचा चंबू करून मावशी वरचेवर 'हो का! अगंबाई!' असं म्हणत होत्या. मावसभाऊ चेहरा गंभीर ठेवून सगळे ऐकत होता.

शेवटी गोपूने विचारले, "इकडे काही गडबड?"

मावसभाऊ म्हणाला, "अजून तरी काही नाही. पण लोक बिथरलेले दिसतात. केव्हा काय होईल त्याचा नेम नाही."

आम्हाला आश्चर्य वाटले.

"म्हणजे इकडेही गडबड आहेच म्हणा ना! आम्हाला वाटलं होतं,

इकडे काही नसेल!''

मावसभाऊ म्हणाला, ''वा! अहो, जिथं-जिथं ब्राह्मण असतील तिथं अत्याचार होणारच. पुणं महाराष्ट्राचं नाक आहे ना? तिथं जे होतं त्याचे पडसाद सगळीकडे उमटतात. पेपरातून आलेल्या बातम्या वाचून लोक भडकतात. सांगलीला तर पेठच्या पेठ जाळली म्हणे.''

''पण हे शहरातच! खेड्यापाड्यात अजून बातमीसुद्धा कळली नसेल; तिथं कोण करणार दंगल?''

''हा, खेड्यात नाही काही होणार.''

मग चहापाणी झाले. आणखी गप्पागोष्टी झाल्या. दीड वाजला तेव्हा आम्ही हललो. खाकी चड्डी आणि पांढरा शर्ट घातलेला मावसभाऊ आखूड केसांवर काळी टोपी ठेवून बाहेरपर्यंत घालवत आला. निरोप देताना म्हणाला, ''बरं झालं तुम्ही गावाकडे निघालात. बातम्या ऐकून घरचे लोक काळजीत असतील.''

रमत-गमत आम्ही मोटारस्टँडपाशी आलो. गाडीत शिटा गच्च भरल्या होत्या. ड्रायव्हर-किन्नरचा पत्ता नव्हता. म्हणून आम्ही खालीच उभे राहिलो. इकडेतिकडे बघतो आहोत, काही बोलतो आहोत, तोवर पाचपंचवीस माणसे मेळाव्याने जमून आली आणि आम्हा तिघांना वेढून उभी राहिली. आम्हाला काही कळेना. ही अनोळखी माणसे अशा चमत्कारिक नजरेने आम्हाला का न्याहाळताहेत? ते आमच्या तोंडाकडे आणि आम्ही त्यांच्या तोंडाकडे बघत उभे राहिलो. मग एक धोतर-पटकेवाला जवान पुढे आला आणि हुकमी आवाजात मला म्हणाला, ''तुमच्या पिशव्या आम्हाला दाखवा.''

''का?''

''आम्हाला तपास घ्यायचा आहे.''

आमच्या पिशव्यांचा तपास कशाबद्दल? आम्ही काही चोर नाही, दरोडेखोर नाही. बरे, असलो तरी हे काही कोणी शिपाई अंमलदार दिसत नाहीत. एकाएकी तपास घेण्याचे कारण काय? मी गोपूकडे, गोपू यशवंताकडे असे गोंधळून बघत राहिलो. हा काय प्रकार आहे याचा उमज पडेना. तो पटकेवाला मात्र मारक्या बैलासारखा आमच्याकडे बघत उभा होता. आम्ही पिशव्या दाखवत नाही हे कळताच तो दमात म्हणाला, ''ए, मुकाट्याने पिशव्या दाखवा!''

त्या अरेरावीसरशी मला अवसान आले. म्हणालो, "का? नाही दाखवत."

"नाही?"

"आमचा तपास घेणारे तुम्ही कोण?"

एक किडकिडीत पोरगा छाती काढून पुढे आला आणि म्हणाला, "आमी जनता हाय."

म्हणजे काय हे कळले नाही.

"हे बघा, तुम्हाला काही संशय असला तर कुणा पोलीस अंमलदाराला घेऊन या. त्याशिवाय आम्ही तपास घेऊ देणार नाही."

माझ्या या उत्तराने तो पाहुणा फार बिघडलेला दिसला. चेहरा नर्व्हस करून त्याने नाक चोळले. मागे उभ्या राहिलेल्या लोकांकडे पाहून म्हटले, "आता हो? सरळ बोलनं यांना कळत न्हाई, बरं का!"

यावर तो पटकेवाला खाकरून बाजूला थुंकला आणि किडकिडीत पोराला त्याने डोळ्याने खुणावले. त्या सगळ्याच लोकांच्या चेहऱ्यावर आता काहीतरी होणार, असा भाव दिसू लागला. दोन मिनिटं कोणीच बोललं नाही, हललं नाही. एकाएकी माझे काळीज भीतीने लक्‌लक् करू लागले. गोपू माझ्यापाशी हळूच सरकला आणि आवंढा गिळून कापऱ्या हळू आवाजात बोलला, "पिशव्या दाखवू या."

माझ्यापाशी खाकी कापडाची पिशवी होती आणि त्यात इस्त्रीचे कपडे मोठ्या काळजीपूर्वक ठेवलेले होते. ती पिशवी पुढे करून मी जनतेला म्हणालो, "हे घ्या, पिशवी बघा, पण कपड्याच्या घड्या विस्कटू नका."

जनता म्हणाली, "बराय, बराय."

तो पटकेवाला, तो किडकिडीत पोरगा, आणखी दोघेतिघे एकत्र आले. आम्हा तिघांच्याही जवळच्या पिशव्या उघडून आत काय आहे हे त्यांनी मोठ्या काळजीपूर्वक पाहिले. पिशव्या पुन्हा भरल्या आणि त्या आमच्या हाती देत पटकेवाला म्हणाला, "हा, जा आता."

एवढं होऊनही हा काय प्रकार आहे याची कल्पना आली नाही. ती माणसे पांगू लागली. तेव्हा पटकेवाल्याला थांबवून मी विचारले, "का हो? कशासाठी पिशव्या तपासल्या?"

माझ्याकडे डोळे बारीक करून बघत तो म्हणाला, "तुम्ही आता सखाराम बामनाच्या घराकडनं आला का नाही?"

गोपू म्हणाला, "हो, ते माझ्या मावशीचं घर आहे."

"तो बामन संघवाला आहे. लाठ्याकाठ्या घेतलेली पोरं जमवून दंगल करण्याची त्याची तयारी चाललीय. तुम्ही बामनं पिशव्यातनं पिस्तुलं आणाल आणि आम्हा लोकांवर गोळीबार कराल. आता तुमचा नेम न्हाई."

कसनुसं हसून मी म्हणालो, "छे, छे, भलतंच! आमचा काही संबंध नाही कशाशी. शंका फिटली ना?"

यावर दमाचीच भाषा वापरून तो म्हणाला, "हा, हा, आता जा गप."

ती पाच-पंचवीस माणसं गवगव करीत वरचेवर मागे फिरून आम्हाकडे बघत माघारी गेली. आमचे चेहरे उतरून गेले. मुकाट्याने जाऊन मोटारीतल्या पुढल्या कंपार्टमेंटमध्ये बसलो. कुणी कुणाशी बोललं नाही. वेळ झाली. ड्रायव्हर चाकावर बसला. मोटार सुरू झाली.

गावाबाहेर पडून मोटार सडकेला लागली आणि मागच्या हौद्यातून एक राठ आवाज आला, "ही पोरं काही जगत न्हवती आज."

मी मागे वळून बघितले.

आत कोणी एक काळाढोण गडी शेजारच्या म्हाताऱ्याला सांगत होता, "तकदीर मोठं. खायापियाचा शेर ह्येंचा म्हणून सुटली. न्हाई तर ही पोरं आज मरतच हुती."

बोलणारा अंगाने चांगला जाडाजुडा होता. त्याच्या चेहऱ्यावरची कातडी संत्र्याच्या सालीसारखी जाड होती. नाक बुटके आणि पसरट होते. पान खाऊन तांबड्या झालेल्या तोंडामुळे तो नरभक्षक वाटत होता. विटका, गुलाबी रंगाचा, जरीपटका त्याने डोईला गुंडाळला होता. गडद चॉकलेटी रंगाचा, मळलेला, जागजागी पांढऱ्या दोऱ्याने शिवलेला लोकरी कोट त्याच्या अंगात होता. लठ्ठ बोटातून सोन्याच्या भल्यामोठ्या तीन अंगठ्या होत्या. कशाचा तरी कंत्राटदार असावा.

"त्यो सकाराम बामन, तुमाला म्हाईत न्हई. लई शिटाव हाय. ही, ही काळ्या लोकरी टोप्यात आणि हातात काठ्या घेऊन फिरत्यात बघा बामनांची पोरं – त्येंचा त्यो फुढारी. काय तर म्हनं, बामनं-बामनं एक

होऊन राज आपन ताब्यात घ्याचं.''

म्हातारा म्हणतो, ''अरं तिच्या मायला!''

''तर वं! जातच म्हनलिया बामनाची. जानवी तिडा घातल्याबिगार राहील का?''

''हे मातुर खरं हाय.''

''आन् मंग?''

यावर काही बोलावे म्हणून मी वळून बसलो. यशवंता माझ्या कानात हळूच म्हणाला, ''काही बोलू नकोस.''

कंत्राटदार सांगत होता, ''अवं ही बामनाची पोरं. अशांपैकीच एकानं गांधीम्हाराजाचा खून केला. ही पोरं त्या सखाराम बामनाच्या घरनं च्यापानी घेऊन आल्याली बघितली आणि लोकं आली चवताळून. म्हणाली, 'सामान तपासायचं हाय तुमचं आमाला.' तेवढ्यावरच भागलं, न्हाई तर हानलं असतं तर काय घ्या?''

म्हाताऱ्याने विचारले, ''हानलं असतं?''

''तर, राहात्याती व्हय? अहो, चहुमुलखी चाललंय की हे! न्हेरु सरकारचा हुकुम हाय. बामन लोकांची घरंदारं जाळा म्हनून. जातीयतेचा नायनाट केला पायजे.''

आता सर्व उतारूंना ही चर्चा रसाळ वाटू लागली. तोंडात तंबाखू धरून बसलेला एक जण खिडकीतून बाहेर थुंकला आणि मिशा साफ करीत म्हणाला, ''अवं नुसती घरंच का, आमच्या साडूच्या गावी खून झाला की!''

''हां?''

''एक बामन, बातमी आली तवा पेटी वाजवत बसलं हुतं. काहीबाई म्हनत्यात, तेनं साखर वाटली हुती गांधीचा खून झाला म्हनून. लोकं गेली. म्हनाली, पेटी बंद! ह्यो तालातच आपल्या. म्हणाला, माझ्या घरात मी पेटी वाजवेन न्हाई तर नागवा नाचन. तुम्ही इचारनारं कोन? तुमी कोन म्हनताच एकानं कुऱ्हाड उचलली आन् फाकलला जागच्या जागी.''

हे फाकलणं त्याने दोन्ही हाताने करून दाखवले.

''मग काई चौकशी वं? काई तपास, धरपकड?''

''छा! गावानं पार टुकडं करून पुरला वड्याला. साक्षी न्हाई का पुरावा न्हाई.''

''मग बामनं मेली म्हनायची!''

"तर, तर! चहुमुलखी गोंधळ उडालाय. पाक घरंदार, दुकानफिकानं, जेवडं म्हनून या लोकांचं हुतं ते लोकांनी जाळलं."

कुणीतरी हलकेच विचारले, "मग जिवाला अपाय बी झाला आसंल काईकांच्या?"

कंत्राटदार जोरात म्हणाला, "कैक जणांचं मुडदं पडलं."

"मग आता ही खेड्यापाड्यातनं हायेत ही बामनं कशाची ऱ्हायाची ततं?"

"जात्याल देशांतराला. कशाची ऱ्हात्यात."

मांडीवर गठुळे ठेवून बसलेल्या एका तांबडं-मुंडासेवाल्याने विचारले, "देशांतराला? आन् त्येंच्या जिमिनी गा?"

"इकून जात्याल."

"कोन घेतंय इकत? इकतबिकत काई न्हाई हां. त्या बगा वाटल्याच जायाच्या आपल्याला."

जो-जो ही चर्चा वाढत होती तो-तो माझी छाती धडधडत होती. यशवंता आणि गोपू यांचे चेहरेही पार उतरून गेले होते. असं वाटत होतं की, हे ऐकणं नको. पण मोटारीच्या घरघराटांतूनही ओरडून बोललेली बोलणी आमच्या कानी येत होती. चालत्या मोटारीतून उडी घ्यावी आणि ही बोलणी चुकवावीत असे वाटत होते. चढाचा रस्ता लागला, तशी मोटार जास्ती आवाज टाकू लागली. आमच्या कानांना दडे बसले. मोटारीत जास्ती ओरडून बोलावे लागते. तसे बोलून-बोलून तो कंत्राटदार दमला आणि गप्प बसला. तो तांबडे मुंडासेवाला पुन्हा दाढेला तंबाखूचा गुळणा धरून गप्प झाला. म्हातारा पेंगू लागला. आपसूकच गाडीतली चर्चा थांबली. तोपर्यंत एकंदर रंग आम्हाला समजला होता. हे लोण खेडोपाडीही पोहोचायला उशीर लागणार नाही असा विचार मनात येत होता. पुण्यात आम्ही सुरक्षित तरी होतो. आमच्या चार भिंतींच्या आत येऊन कुणी आम्हाला बाहेर ओढले नसते. मारठोक केली नसती. पण ते इथे होण्याची शक्यता होती.

अंड्यावर कोंबड्या बसून राहाव्यात तसे आम्ही या विचारावर बसून राहिलो.

झाडेझुडे मागे पडत होती. वळणे येत होती, जात होती. उतार

संपत होता, चढण येत होती. धुरळा उडत होता आणि मोटार हलके-हलके ओळखीच्या प्रदेशात शिरत होती.

शिवघाट आला. इथून खाली उतरले की, अठराएक मैलांवर नांदवडी होती. घाटमाथ्यावरचा भलामोठा वड दिसला. त्याच्या डाव्या बाजूने माझ्या मावशीच्या गावी जाणारा गाडीरस्ता दिसला आणि माझ्या मनात जुन्या आठवणींनी गर्दी केली. शाळेत शिकत असताना नांदवडीकडून येणाऱ्या सर्व्हिस मोटारने येऊन या फाट्यावर उतरून मी कित्येकदा पायी-पायी मावशीच्या गावी गेलो होतो. पुष्कळ वेळा, धुक्या-पावसाला गांगरून या वडापाशी बसलो होतो. जाताना आईने दिलेल्या आणि येताना मावशीने दिलेल्या दशम्या या वडाखाली बसून मी कितीतरी वेळा खाल्ल्या होत्या. खारोट्यांकडे बघत, साळुंक्यांचे बोलणे ऐकत या वडाखाली मी कितीतरी वेळा बसलो होतो.

शिवघाटाची वेडीवाकडी वळणे मागे पडत होती. मोटार खाली-खाली उतरत होती. उजव्या बाजूला उंच कडा होता आणि डाव्या बाजूला डोंगरी झुडपांनी भरलेली खोल दरी होती. ड्रायव्हर कौशल्याने चाक फिरवत होता. आम्ही कधी डावीकडे, तर कधी उजवीकडे कलंडत होतो.

दिवस बराच उतरला होता. मावळत्या सूर्याची उन्हे मोटारीत येत होती. घाट संपून आम्ही सडकेला लागलो. गोपू आणि यशवंता मधूनच डुलक्या घेत होते. मधूनच जागे होऊन आपल्याच विचारात गढून बसत होते.

मी माझ्या विचारात दंग होतो आणि एकाएकी मोटार थांबली. रस्त्यावर उभा राहिलेला उतारू पुढे आला आणि ड्रायव्हरजवळच्या खिडकीत तोंड घालून घाबऱ्याघुबऱ्या विचारू लागला, ''कोणी ब्राह्मण मंडळी आहेत का गाडीत?''

ड्रायव्हरने मागे बघितले. आमची आणि त्या उतारूची नजरभेट झाली.

गोपू म्हणाला, ''नमस्कार आबासाहेब, येताय काय गावाकडे? या, जागा आहे इथं.''

मीही आबासाहेब देशमुखांना ओळखले. नांदवडीमध्ये जी काही मराठा घराणी होती, त्यातील उमदा माणूस म्हणजे हा पोरगेला आबासाहेब.

पुढे वाकून मीही म्हणालो, ''नमस्ते हो! काय ठीक?''

पण आबासाहेबांचा घाबरला चेहरा काही बदलला नाही. आम्हाला बघताच तो अधिकच काळवंडला. गडबडीने खिडकीतून आत हात घालून त्यांनी ते जोडले आणि म्हटले, ''शंकरराव, देशपांडेसाहेब, मेहेरबानी करून तुम्ही पुढे येऊ नका. इथंच उतरा. मी मुद्दाम सूचना देण्यासाठी इथं येऊन उभा राहिलोय.''

गोपूने विचारले, ''काय हो, काय झालं आबासाहेब?''

''काही विचारू नका, अत्याचार चाललाय सगळा. पुढं सोमेवाडीत दोन-चार मालट्रक भरून लोक आले आहेत गावोगावचे. घरं जाळण्याचा, लुटण्याचा सपाटा चालवलाय त्यांनी. बेफाम झालेत लोक. तशात तुम्हाला बघितलं, तर काही बरावाईट प्रकार व्हायचा. मी हात जोडतो. तुम्ही तिघं इथंच उतरा.''

मोटारचे इंजीन थडथडत होते. जागे असलेले उतारू काय गडबड म्हणून एकमेकाला विचारत होते. आम्ही सुन्न होऊन एकमेकांच्या चेह‍र्‍यांकडे बघू लागलो. काय करावे हे कळेना. ड्रायव्हर मागे वळून आम्हाला म्हणाला, ''अहो, उतरा की खाली. एवढे सांगतात ते कळेना का? तुमच्यासाठी माझी गाडी जाळतील लोक! उतरा.''

ड्रायव्हरचे हे दटावणीचे बोलणे ऐकताच, पुढच्या दाराने आम्ही भराभर खाली उतरलो. अजून मोटारचे इंजीन चालूच होते. आम्ही उतरलो आणि धांदलीने धोतर सावरून आबासाहेब देशमुख आमच्या रिकाम्या जागी बसले. आम्हाला 'बराय' म्हणून त्यांनी ड्रायव्हरला खूण केली. धुरळा उडवीत मोटार निघून गेली. ती दिसेनाशी होईपर्यंत आम्ही बघत राहिलो.

''आता रे गोपू?''

''बरं झालं आबासाहेब आला; नाही तर आपण नीट जाळपोळीतच जात होतो.''

''सोमेवाडी किती रे इथनं?''

''सहा मैल.''

''पण सोमेवाडीला जायचं कशाला?''

''मग जायचं कुणीकडे?''

''आधी बसू या घटकाभर इथं. मग ठरवू.''

आजूबाजूला उघडाबोडका माळ होता. समोर धुळीनं भरलेली सडक होती आणि डाव्या बाजूला कुरवंडी गावाकडे जाणारा फाटा होता. फाट्यावर कुणी पुण्यवंताने लावलेले एकुलते एक नांदुरकीचे बुटके झाड होते. झाडून लोटून बसण्याजोगी जागा त्या झाडाखाली केलेली होती. पिशव्या खाली टाकून आम्ही या झाडाखाली बसलो. प्रसंगाचे गांभीर्य आता चांगलेच लक्षात आले होते. आता दुसऱ्या दिवशी साडेचारशिवाय मोटार नव्हती. आमचे गाव सोळा मैल दूर राहिले होते. आसपास वाडीवस्ती नव्हती आणि दिवस अगदी मावळायला आला होता.

गोपूने सिगारेटची पेटी काढली. यशवंता विडीचा धूर सोडीत बसला आणि मी खाली रुतणारी कुसळे, खडे बाजूला करू लागलो.

बघता बघता पश्चिमेकडे तांबडेभडक झाले. गार वारे सुटले. माळावरच्या पिवळ्या गवतावर लाटा उमटू लागल्या. डोक्यावर पाकोळ्या गिरक्या मारू लागल्या.

इतका वेळ उतरल्या चेहऱ्याने खाली मान घालून बसलेल्या गोपूने वर बघितले. त्याच्या लहान आणि चमकदार डोळ्यांत भीती दिसत होती. माळावर कुठेतरी बघत त्याने सुस्कारा सोडला. म्हणजे इतका वेळ तो कसलातरी विचार करीत होता. मग आमच्याकडे न बघताच हळू आवाजात तो बोलला, ''मला आमच्या आप्पांची फार काळजी वाटते. सावकारीमुळे पुष्कळ लोकांचा त्यांच्यावर राग आहे. लोकांच्या जमिनी, घरं त्यांनी अन्यायानं घेतली आहेत. ही वेळ साधून दुखावलेले लोक सूड घेतील. आमचं घर जाळलं, लुटलं तरी मला काही वाटणार नाही. पण....''

पुढचा विचार त्याला बोलून दाखविणेसुद्धा जमले नाही. विडीचा शेवटचा झुरका घेऊन यशवंताने थोटूक जमिनीवर घासले. बाजूला तोंड करून धूर सोडून दिला आणि घुटका गिळून तो बोलला, ''सोमेवाडी पेटली म्हणून नांदवडी पेटली असेल, ही कल्पना चुकीची आहे. अशा वेळी तू उगीच शंकाकुशंका काढू नकोस गोपू.''

गोपू आवेगाने म्हणाला, ''शंकाकुशंका नाहीत रे, ही फॅक्ट आहे. एकवार जमावाची दंगल सुरू झाली, तर त्यात खासगी हेवेदावे येतातच. माणूस श्रीमंत असला की तो गरिबांचा वैरी ठरतो. मग त्याची इच्छा असो वा नसो, ज्यांना खायला मिळत नाही, ते नेहमीच खुनशी

डोळ्यांनी तुमच्या भरल्या ताटाकडे बघत असतात. संधी आली की, त्या ताटात माती फेकायला ते सरसावतात. मला सारखं वाटतंय की, आप्पांना फार मोठा धोका आहे.''

गोपूच्या घराशी माझा विशेष परिचय नव्हता. पण धोंडोपंत वकील हा टग्या माणूस आहे हे मी ऐकून होतो. यशवंताला गोपूच्या घराची चांगलीच माहिती होती. धोंडोपंतांनी एवढी मोठी इस्टेट कशी जमा केली आहे आणि लोकांशी ते कसे वागतात हे त्याला ठाऊक होते.

गोपूला वाटत होती तशी धास्ती मला आणि यशवंताला वाटण्याचे काहीच कारण नव्हते. आमच्यापैकी कोणी कधी सावकारी केली नव्हती, कोणाचा शाप कधी घेतला नव्हता. वडिलार्जित शेतीवाडी आणि मास्तरकी-कारकुनीसारखी नोकरी यावर प्रपंचाचे लिगाड चालविणारी आमची कुटुंबे होती. केवळ जन्माने ब्राह्मण म्हणूनच काही धोका पोहोचला तर कोणास ठाऊक! मला स्वतःला आपल्या कुटुंबावर काही संकट आले असेल असे मुळीच वाटत नव्हते. तसे काही असते तर अंतःकरणात कुठेतरी कळ उठली असती. प्रत्यक्षात काही न दिसता, न समजता उठली असती. यशवंतालाही काही भीती वाटत नसावी.

संधिप्रकाश मावळू लागला. डोंगर काळवंडला. आजूबाजूला काळोख व्हायच्या आत हे रान सोडून एखादी वाडीवस्ती जवळ करायला पाहिजे होती. जवळ भाकरतुकडा नव्हता, अंथरूण-पांघरूण नव्हते. कुटुंबाचे काय झाले असेल, या चिंतेपेक्षा आपण आता काय करायचे ही चिंता मनात होती. मग एकाएकी आठवले, डाव्या हाताला फुटणारा रस्ता दहा मैल दूर असलेल्या कुरवंडी गावाकडे जातो. सारंगपूरहून येणारी एक मोटार मुक्कामाला या गावी जाते.

मी म्हणालो, ''कुरवंडीला जाणारी मोटार येणार असेल की रे!''

''येईल ती आता इतक्यात. का?''

''जाऊ या तिथं.''

''कशाला? तिथं आपली ओळख न पाळख!''

''अरे, पण रानापेक्षा गाव बरं. चार-दोन आण्यांचे डाळे-चुरमुरे घेऊन खाऊ आणि देऊळ बघून झोपू. कशाला पाहिजे ओळख?''

"आणि मग आपल्या गावी कधी पोहोचणार?"

"ते बघू तिथे गेल्यावर. आजची रात्र तर काढली पाहिजे कुठेतरी. का रे गोपू?"

गोपूचा चेहरा पार उतरून गेला होता. सुकलेल्या ओठावरून जीभ फिरवून तो म्हणाला, "जाऊ या."

थोडा वेळ तिघेही गप्प होतो. माझ्या मनात एकाएकी शंका आली.

"काय रे, पण ही मोटार रोज येते का?"

संस्थानच्या पी. डब्ल्यू. डी. खात्यात रोडकारकून म्हणून या भागात काही दिवस नोकरी केल्यामुळे यशवंताला सगळी माहिती होती.

"येते. पण मधेच काही घोटाळा झाला तर कोणी सांगावे? इकडच्या सगळ्या गाड्या अगदी डबड्या आहेत."

मग आम्ही तिघेही मोटारीच्या आवाजाकडे कान लावून धुळीत रेघोट्या ओढीत, खड्यांचे गजगे झेलीत बसून राहिलो. उगीचच भरभराट झाल्यासारखा वाटे. 'मोटार आली वाटतं', असं म्हणून आमच्यापैकी कुणीतरी उभा राही, मान वर करून बघे, पण मोटार दिसत नसे. असे दोन-तीन वेळा झाले. चांगलाच अंधार पडला.

उजाड रानात आम्ही तिघेजण बसलो होतो. असहाय, भयभीत, आपल्या माणसांपासून, आपल्या घरापासून दूर. सभोवार काळोख दाटला तसे माझे मन भरकटू लागले. एखादा वेडा जमाव या वाटेने सहज आला, मोटारीतल्या त्या कोटवाल्याने बामणाची पोरे रस्त्यात आहेत म्हणून सांगितले आणि माथी भडकलेले ते लोक जर गर्जना करीत, हातातल्या चुडा नाचवीत इकडे आले, तर आम्ही काय करणार होतो? ज्या जातीविषयी त्यांच्या मनात तेढ होती त्या जातीची ही तीन मुले बघून त्यातला कोणीही वेगाने पुढे आला आणि त्वेषाने शिव्याशाप देत त्यांनी आम्हाला दगडाने ठेचले, काठ्यांनी बडवले, चुडीने भाजले, तर आम्ही काय करणार होतो?

गोपू म्हणाला, "येशा, मोटार येत नाही वाटतं आता."

"असं वाटतंय खरं. रोजची वेळ टळली. पण कुणाला ठाऊक! मधेच पंक्चर झाली तर स्टेपणी बदलून येईपर्यंत थोडा उशीर होईलही."

उघड्या रानातला वारा भरभरू लागला. चांगली थंडी सुटली. मी पिशवीतला टॉवेल काढून कानाभोवती गुंडाळला. एकमेकांशी काही न

बोलता आम्ही तिघेही उगीच गप्प बसून राहिलो.

शेवटी बराच उशीर करून कुरवंडीकडे जाणारी मोटार आली. दूरवर घाटात प्रकाश दिसला. भराभर पिशव्या उचलून आम्ही रस्त्यावर जाऊन उभे राहिलो. डोळे दीपवित मोटार आली. आम्ही तिघांनीही हात वर केले होते. मोटारचा वेग कमी झाला. आमच्या जवळ येताच ड्रायव्हरने नीट निरखून पाहिले आणि कमी केलेला वेग वाढवून त्याने मोटार पुढेच दाबली. "हो, हो!" करीत आम्ही वेड्यासारखे मागे पळालो. नाकातोंडात धुरळा गेला, पण मोटार थांबली नाही. ती गेली. पार दिसेनाशी झाली.

"येशा, काय झालं रे? मोटार थांबली का नाही? जागा तर दिसत होती आत."

"ड्रायव्हर माझ्या ओळखीचा होता. कुरवंडीचाच आहे तो – सावंत."

"इथेही जात आडवी आली."

"मग पुढं काय?"

"चला आता तीन मैलांवर बेलकरंजी गाव आहे, तिथं जाऊन तरी पडू."

गोपू खांदे पाडून रस्त्यावर उभा होता. दमगीर होऊन त्याने विचारले, "किती लांब आहे?"

"तीन-चार मैल असेल – चला."

फुफाट्याने भरलेल्या वाटेवरून, पाय ओढीत-ओढीत आम्ही चालू लागलो आणि थंडी वाघासारखी मागे लागली. आजूबाजूला असलेल्या रानातील पिकांवरून गार वारा येऊन अंगाशी झणझणू लागला. अंगाचा संकोच करून, दात वाजवीत आम्ही चालत राहिलो. रस्त्याकडेची झाडांची, घायपातांची भुते भेडसावीत होती. किट्ट काळोख झाल्यावर रस्ता दिसणार नाही असे वाटले होते, पण चांदणीच्या उजेडात पांढराफेक रस्ता दिसत होता. गोपू सारखा मागे पडत होता. मला आणि यशवंताला त्याच्यासाठी वरचेवर थांबावे लागत होते. भराभरा पुढे जाऊन आम्ही थांबत होतो आणि तोंडे वळवून अंधाराकडे बघत होतो. पांढरा रस्ता जिथवर दिसे तेवढ्यावर गोपू पोहोचलेला नसे. हा मधेच कोठे बसला की काय असे वाटे. डोळे तणावून, अंधाराकडे पाहत काही वेळ वाट

बघावी आणि मग आधी पावलांचा आवाज यावा, गोपूची काळी आकृती दिसावी असे दोन-तीन वेळा झाले. मग येशा म्हणाला, "गोपू, तू उगीच खचला आहेस. तुझ्या आप्पांना काहीसुद्धा होणार नाही. शेळीला आणि वाघाला एका जागी पाणी पाजणारा माणूस तो, त्याला कोण काय करणार? का रे शंकर?"

"इतका घाबरट असशील असं वाटलं नव्हतं गोपू! अरे, नांदवडी तालुक्याचं ठिकाण आहे. आपलं संस्थान ब्राह्मण राजाचं आहे. बाहेर झाले ते अत्याचार तिथं होणार नाहीत. पन्नास घरं आहेत ब्राह्मणांची! त्यांना कोण धक्का लावील?"

गोपू काही बोलला नाही. चालतच राहिला. आम्हीही आमची चाल मंदावली.

चालता-चालता थांबून गोपूने विचारले, "कसले चार मैल तुझे! अजून गावाचा मागमूसही नाही! कुठं दिवे दिसत नाहीत!"

"गाव कसलं, लहानशी वाडी आहे. खोलात असल्यामुळे जवळ गेलो तरी दिवे दिसणार नाहीत."

"तुझ्या ओळखीचे कोणी आहे का?"

"रोड कारकून होतो, तेव्हा इथल्या मांगवाड्यातले लोक येत होते खडी टाकायला. चार-पाच नावं होती मस्टरवर इथली. तीन वर्षं झाली. आता माझ्या लक्षात एकही नाव नाही."

"मांग? ते ओळखतील का तुला?"

"एरवी ओळखलं असतं, पण आता ओळख दाखवतात की नाही कोण जाणे!"

अखेर गाव आले. घरातून दिवे लुकलुकत होते, तरी वाटेवर अंधारच होता. येशा पुढे, आम्ही दोघे मागे असे चाचपडत-चाचपडत मारुतीच्या देवळाकडे गेलो. 'हुश्श' म्हणून जोत्यावर बसून राहिलो. आम्ही येताना पायाच्या सावटाने, अनोळखी वासाने कुत्री भुंकली होती. कोणी कोणी घरातून डोकावून पाहिले होते. एक-दोन करता करता दहा-बारा माणसे गोळा झाली. अंधारात तोंडाला तोंड दिसत नव्हते. पण पांढरीधोट कापडे घातलेली कोणी तीन माणसे देवळाच्या

जोत्यावर बसली आहेत हे कळत होते. जी आली ती एक-दोन माणसे नुसती बघून गप्प राहिली. पण एकाला दोघे होताच त्यांच्यापैकी एकाने थोडे दरडावूनच विचारले, "कोण बसलंय ते?"

"का हो? आम्ही वाटसरू आहोत."

"कुनीकडे निघालाय?"

"नांदवडीला."

"नांदवडीला? मग हिकडं बरं? आला कुनीकडनं?"

"पुण्यास्नं."

"कोण तुमी नांदवडीचं?"

सांगावे की न सांगावे? जात चोरून तरी कशी ठेवायची?

"मी कुळकर्णी आहे. दोघं देशपांडे आहेत."

"म्हणजे बामनं म्हना की!"

"हां."

मग त्यांची आपसातच काही कुजबुज झाली. आम्ही जीव मुठीत धरून बसलो. हे लोक काय म्हणतात, काय करतात, कोण जाणे! मग एकजण बेताने म्हणाला, "नांदवडीचं म्हणताय, मग इकडं बरं आला वाकडी वाट करून? थेट जायाचं नाही का मोटारीनं!" त्यांच्या मनातला संशय शब्दात आला होता.

मी म्हणालो, "जाणार होतो, पण आम्हाला मोटारीतून मधेच उतरवलंय. सोमेवाडीला काही गडबड झाली म्हणून ऐकलं, खरं का?"

"हां, हां, दुपारधरनं गोंधळ चाललाय. बामनांची घरं चुकती जाळली तिथल्या लोकांनी."

एवढी बोलाचाली होते, एवढ्यात आणखी चार माणसे आली. त्यांनी प्रथम आलेल्या माणसापाशी चौकशी केली, "कोन लोक हायेत?"

"नांदवडीची बामनाची पोरं हायेत."

"हिकडं कुनाकडं आलीत?"

"भेलीत. एकटी घावली त्येनं. मोटारवाल्यानं उतरवलं वाटतं फाट्यावर, तवा हिकडं आल्यात पायीपायी चालत."

आम्ही जोत्यावर बसूनच होतो. चौकशी करणाऱ्यांपैकी कोणी जवळ येऊन बसले नाही. देवळापुढच्या पटांगणात आमच्यापासून पाच-सहा वाव दूर राहूनच गावकरी विचारपूस करीत होते.

मधेच एकजण म्हणाला, "नांदवडीला लई गोंधुळ झाला. आट लोकांचं खून पडलं म्हनं!"

गोपू माझ्या शेजारी बसला होता. हे वाक्य ऐकताच तो तटकन उठून उभा राहिला. पुन्हा खाली बसला. त्याच्या श्वासाचा आणि गळ्याच्या घाटीचा आवाज मी ऐकला. खाली वाकून दोन्ही हातांनी त्याने डोके खसखसा चोळले. ताठ होऊन आवाजाच्या दिशेने बघत ओढल्या आवाजात विचारले, "आठ खून झाले?"

"हा, असं आमी आइकलं."

आमच्याकडे बघून गोपू म्हणाला, "मी जातो. पहाटेपर्यंत जाईन गावात."

आणि खरंच, भिंतीला लावून ठेवलेली पिशवी उचलून तो उठून उभाही राहिला.

ही बातमी ऐकून आम्हीही हादरून गेलो. इतके बोलले जाते आहे त्यात काही खरे असणार. वाईट बातम्या सहसा खोट्या ठरत नाहीत. नेट करून मी गोपूला हात ओढून खाली बसविले. कानाशी तोंड नेऊन म्हणालो, "ही माणसं सांगतात त्या केवळ अफवा आहेत, गोपू. आठ खून पडायला ही काय मोगलाई आहे काय? तालुक्याचं गाव आहे ते. हे काय सांगतात भडवे?"

हात सोडवून घेत घोगऱ्या आवाजात गोपू म्हणाला, "नाही, मी पुढे जाणार. तुम्ही या मागनं सकाळी."

येशा म्हणाला, "अरे, वेडा काय तू? अंधार आहे. वाट माहितीची नाही. अठरा-वीस मैल लांब जायचं."

गोपू उठला, चार-आठ वाव दूर गेला. थांबला. आमच्याकडे पाठ करून आभाळाकडे बघत उभा राहिला.

मग ही बातमी सगळ्या गावभर झाली. तमाशाचा फड उतरल्यावर व्हावी तशी गर्दी आम्हाभोवती झाली. जो तो येताच विचारी, "बामनं हाईत नाही का?" आणि असा बघत उभा राही की, कोणी फाशी चाललेले लोक आहेत. उभे राहिल्या राहिल्याच लोकांची आपसात चर्चा होई. अमुक गावी काय झाले, तमुक गावी काय झाले, गांधीबाबाला मारल्यामुळे दुनिया बामणांवर कशी बिघडली आहे, बामणे कशी भिऊन गेली आहेत – असे बोलणे होई. आम्ही आपले गप्प ऐकत

होतो. धरून आणल्यासारखे बसलो होतो. तहानभुकेचा विसर पडला होता. डोके दगडासारखे झाले होते. इतके झाले, पण गावकऱ्यांपैकी कोणी म्हणाले नाही की, रात्रच्या रात्र राहा; हे तांब्याभर पाणी घ्या. लोक जात होते, येत होते. आम्ही बसूनच होतो.

काही वेळ गेला आणि एक गडी येऊन चौकशी करू लागला, ''कोन लोक हायेत?''

''बामनं हायेत नांदवडीची.''

यावर एकदम बदलत्या सुरात त्या गड्याने पुन्हा विचारले, ''नांदवडीची? काय नाव?''

''कोन देसपांडे हाय म्हनं.''

''देसपांडे?''

तो माणूस पुढे होऊन थेट आमच्या समोर आला आणि खाली वाकून चेहरे न्याहाळीत म्हणाला, ''कोन देशपांडे हायेत?''

''का हो, मी यशवंता देशपांडे. बाबा मास्तराचा मुलगा.''

यावर तो माणूस आश्चर्याने म्हणाला, ''यशवंता! अरं, मी महादू न्हावी! दुसरं कोन हाय आनकी?''

मग मलाही ओळख पटली. महादू न्हावी? नांदवडीचा महादू न्हावी इथे कसा आला?

''म्हादा, तू रे कुठं इथं? मी शंकर.''

''आरं तुमी हिकडं कुनीकडं? माझी सासुरवाडी हाय हितं. हे तिसरं कोन बसलंय?''

''गोपू आहे सावकाराचा.''

''गोपू? अरं, तुमी लोक हितं का बसलाय असं? कुठं गेला हुता? हितं या येळी कसं आला? काय भानगड?''

मी हलकेच म्हणालो, ''तिकडं चल म्हादा, सांगतो तुला सगळं.''

देवळाच्या भिंताडाशी उभे राहून हलक्या आवाजात मी महादाला सर्व हकिकत सांगितली आणि म्हणालो, ''ह्या गावचे लोकही चमत्कारिकच दिसतात. कुठून इथं आलो असं झालं आहे.''

महादा हळहळून म्हणाला, ''गावच्या लोकास्नी अक्कल नाही. अरे, तुमच्यासारख्या मूर्ती कशाला येतील या गावात? आं? चला माझ्या घरी. कोन काय करतंय ते बघू. तुमच्या केसाला धक्का, तर

माझ्या प्रानाला धक्का.''

मग तिघेही पिशव्या उचलून महादाबरोबर चालू लागलो. उंचापुरा, तालीमबाज महादा पुढे आणि आम्ही मागे चालू लागलो. लोक आपले बघत राहिले.

कुणीतरी म्हणाले, ''ह्यो कोन रं?''

यावर दुसऱ्याने उत्तर दिले, ''पाव्हना न्हवं का, न्हाव्याच्यातला.''

चालता चालता गोपू मधेच थांबला. मी पुढे चालत होतो. खांद्यावर हात टाकून त्याने मला मागे ओढले. येशा आणि महादा थोडे पुढे जाताच गोपू हलक्या आवाजात म्हणाला, ''जायचं का याच्याबरोबर? कुणावर विश्वास ठेवण्याची वेळ नाही.''

गोपूच्या या विचाराने मी चकितच झालो.

''म्हणजे काय?''

''तुमच्या विश्वासातला आहे का? बघा, पूर्ण भरवसा असला तरच जाऊ.''

मी म्हणालो, ''अरे, तीन-चार वर्षं आम्ही एकत्र बसलोय, बोललोय. तू नसती शंका मनात आणू नकोस.''

बरंच अंतर पडलं तेव्हा महादा आणि यशवंता थांबले. महादाचा आवाज आला, ''चला की हो, आता आनि इचार कसला करताय?''

मी गोपूची बाही धरून म्हणालो, ''चल रे, बघू काय होतंय ते.''

हा महादा न्हावी नांदवडीचाच. सहा वर्षांपूर्वी मी आणि यशवंता हायस्कूलला शिकत होतो, तेव्हाची त्याची आमची ओळख. माझे सगळे कुटुंब नांदवडीपासून पाच मैल असलेल्या माझ्या खेड्यात होते. शिक्षणासाठी मी नांदवडीला राहिलो होतो. अभ्यासासाठी म्हणून महिना सहा आणे भाड्याने एका बाजूच्या, पडझड झालेल्या, जुन्या वाड्यातील खोली मी घेतली होती. या खोलीपासून दहा मिनिटांच्या अंतरावर महादाचे घर होते. या एका बाजूच्या खोलीत अभ्यासापेक्षा इतर उद्योगच आम्ही करीत असू. गावातल्या रिकामटेकड्या पोरांचा अड्डा, विशेषत: रात्री, माझ्या खोलीत पडत असे. नाना जातीची आणि नाना तऱ्हेची ही पोरे होती. मिलिटरीतून डिस्चार्ज मिळालेला आणि आता बेकार हिंडणारा राम्या जंगम, जातीने शिंपी असलेला, पण जादूटोण्याची विद्या घेण्यामध्ये गढून गेलेला काळ्या, दिवसभर मागावर बसून

सटाक्‌फटाक्‌ करणारा गण्या कोष्टी आणि हा महादा.

दिव्याच्या अभावी अंधारातच आम्ही कोंडाळे करून गप्पा हाणीत बसत असू. चोरून विड्या ओढणे आणि नाना तऱ्हेच्या चावट गोष्टी बोलणे असा कार्यक्रम मध्यरात्रीपर्यंत चाले. महादा न्हावी राजाराणीच्या गोष्टी सांगण्यात मोठा पटाईत होता. गोष्ट सांगू लागला म्हणजे त्याच्या निवेदनात 'अशा न्हवं असं झालं.' हा शब्द सारखा येई. "राजा म्हणाला, 'अशा न्हवं असं झालेलं आहे प्रधानजी, तर काय करावं?' राणी म्हणाली, 'अशा न्हवं अशी गोष्ट झाली आहे. सरकारमहाराजांची माझ्यावर गैरमर्जी झालेली आहे.' प्रधान म्हणाला, 'अशा न्हवं असं हाय आणि मी खटपट करतो." असे त्याच्या गोष्टीमध्ये सारखे येई. म्हणून त्याचे नाव 'अशा न्हवं' असं ठेवलेले होते. गोष्ट सांगता-सांगता महादाला भान राहत नसे. रात्रीचे अकरा-बारा वाजत. महादाचे तेव्हा नव्याने लग्न झालेले होते. रात्री जेवण करून घटकाभर बसायला म्हणून तो येई आणि गोष्टींत रंगून जाई. गोष्ट सांगता-सांगता मधेच आठवण होऊन तो विचारी, "किती वाजलं असतील बरं?"

"वाजले असतील बारा-साडेबारा."

यावर महादा आश्चर्याने म्हणे, "लेका, लेका, मघाच घरी जायला पाहिजे हुतं. त्या बापू न्हाव्याच्या लिंबाखालनं जायाचं भ्या वाटतं मला."

"जाशील रे. सांग पुढे."

महादा पुढे सांगू लागायचा.

पुन्हा काही वेळाने त्याने विचारले की, आम्ही म्हणायचो, "झाला आसंल एक-दीड. हा तर ऐन भुताचा अंमल. महादा, सांग पुढे."

असे करता-करता पहाट होई. महादाला सकाळीच जायला मिळे. असा प्रकार वरचेवर घडूनही महादा खोलीत आल्याशिवाय मात्र राहत नसे. रोज कळवळून तो म्हणे, "ए लेकांनो, आमचं नवीन लगीन झालंय आणि सगळी रात हतंच जाती."

असा महादा आज कित्येक वर्षांनी अचानक इथे भेटला होता.

जाता-जाता यशवंताने विचारले, "नांदवडीला खून पडले म्हणतात, खरं का?"

महादा म्हणाला, "कुनी लेकानं सांगितलं तुमाला?"

"देवळापुढं लोक बोलत होते."

"फाजील आहेत लोक. तुमी काय काळजी करू नका."

अंधारातून चाचपडत एका घरापाशी आलो. दारात गुरेशेरडे बांधली होती. आत रॉकेल तेलाची चिमणी जळत होती. बाहेरच्या सोप्यात घोंगडे अंथरूण महादा म्हणाला, "बसा."

आम्ही बसलो.

"बायकुला भाकरी टाकायला सांगतू बाजरीच्या. दूध हाय शेरडाचं. दाबून जेवा आन् खुशाल पडा."

गोपू एकदम म्हणाला, "इथं?"

"काय कुनाच्या बाचं भ्या हाय? तुमालाच बरं वाटत नसलं, तर गावाबाहेर रानात वस्ती हाय, तिकडं चला. मातूर थंड वाजंल. माझ्यापाशी पांघरायला देन्यासारकं काही नाही."

रानातल्या वस्तीवर जाणं जास्ती सोयीस्कर होईल असे गोपूचे म्हणणे पडले. पण अंधारातून ठेचा खात इतक्या दूरवर आता कधी जावे म्हणून आम्ही घरच पसंत केलं.

घरासमोरच्या अंगणात घोंगडे टाकून आभाळातील चांदण्यांकडे बघत आम्ही पडून राहिलो. दरम्यान, महादाच्या बायकोने धपाधपा बाजरीच्या भाकरी बडविल्या. मिरच्या तळल्या. त्यांचा खाट बाहेर आला.

"भूक लागलीय नाही?"

"कशाची भूक घेऊन बसलास? मला पुढची काळजी आहे."

"येशा, तुला रे?"

"मला गड्या भूक लागून गेली. त्या फाट्यावरच्या नांदुरकीखाली बसलो, तेव्हाच माझ्या पोटात चावायला लागलं होतं."

खरं तर या वेळी आम्ही तिघेही आपापल्या घरी पोहोचलो असतो. माझ्या आईने पोर फार दिवसांनी आले म्हणून शेवया, बोटव्याची खीर करून घातली असती. भरल्या पोटाने भावंडांशी गप्पा मारीत मी अंगणातल्या तुळशीकट्ट्यावर बसलो असतो. मनमुराद बोलून झाल्यावर आईच्या अंथरुणाशी जाऊन बसलो असतो. पाठीवरून हात फिरवून तिने 'तुझे कसे चालले आहे बाबा?' असे विचारले असते. पुण्यात भोगावी लागणारी दशा न सांगता जेवढे चांगले आहे तेवढेच मी आईला सांगितले असते. दिवा घालवून अंधारातच झोपेने जड झालेल्या

आवाजात बोलता बोलता आईच्या अंथरुणावरच माझा डोळा लागला असता.

हे सारे राहिले आणि लोकांच्या सहानुभूतीचा विषय होऊन आता मी या आडगावात पडलो होतो. गावात सुखरूप पोहोचू का? पोहोचलो तरी माझी माणसं सुखरूप दिसतील का? असा विचार सारखा मनात येत होता. हा महादा न्हावीसुद्धा आम्हाला घरी घेऊन आला तो आजूबाजूच्या प्रलयाची कल्पना नसल्यामुळे. नाहीपेक्षा आज कुठेतरी आडरानातच थंडीने कुडकुडत रिकाम्या पोटी रात्र घालवावी लागली असती.

चिमणीच्या उजेडात महादाने ताटे केली. आम्हाला बोलावणं केलं. भिंतीशेजारी टाकलेल्या घोंगड्याच्या लांब घडीवर आम्ही जाऊन बसलो. पुढ्यात काश्याच्या लख्ख पितळ्या होत्या. जाड भाकरीच्या चतकोरा आणि घट्ट दूध होतं. आमच्या सामने दोन पायांवर बसून महादा म्हणाला, "हाणा कुस्करून."

पण जेवण कुणालाच गेले नाही. गोपू तर नुसते पान उष्टावूनच उठला. महादाने दोन कांबळी दिली. म्हणाला, "काय घाबरायचं कारण न्हाई. निवांत झोपा. मी तुमच्या उशाशी पहारा करत रातसार जागा ऱ्हाईन."

ते अपुरे पांघरूण घेऊन आम्ही अंगणात पडलो. झोपा कशा त्या लागेनात. तिघेही या कुशीवरून त्या कुशीवर होत होतो. महादा खरंच पांघरुणाची खोळ घेऊन उशाशी बसून होता. वरचेवर विड्या ओढत होता. तासाभराने त्याने विचारले, "झोपला का रे?"

मी म्हणालो, "नाही, झोप येत नाही."

"झोपा निवांत. सकाळी चांदनी उगवायला जागं करतो. च्या प्या अन् असं बाळंवाडीवरनं मधल्या वाटेनं मारा झपाटा. जेवनयेळापतुर गावात जाल."

"हूं."

हळूहळू रात्र जाऊ लागली. बसल्या जागीच महादा घोंगडे खाली-वर घेऊन मुरगळला होता. मधेच थोडा वेळ डोळा लागून मी जागा झालो. यशवंताला झोप लागली होती. गोपूही झोपला आहे असं वाटलं; पण एकदम उठून तो अंथरुणावर बसून राहिला. सारखा इकडेतिकडे बघू लागला.

"का रे, गोपू?"

“काही नाही.”

मग मीही उठून बसलो. येशाही बसला. काही वेळ गप्प अंथरुणावर बसून पुन्हा सर्व जण आडवे झालो. अशी ऊठबस करता-करता रात्र फार उशीर घेऊन संपली. कोंबडा आरवला. महादाची बायको दळायला उठली. पहाटेच्या गारठ्याने, जात्याच्या घरघराटाने जागे होऊन आम्ही उठून बसलो. रात्री आपल्याला वाईटसाईट स्वप्ने पडल्याचे गोपूने सांगितले.

अजून अंधार निवळला नव्हता. आजूबाजूचे काही दिसत नव्हते. यशवंता म्हणाला, “चला आता जाऊ या.”

यावर महादा म्हणाला, “थोडं फटफटीत होऊ द्या. वाट सुधारायची न्हाई.”

लवकर फटफटले नाही. महादाच्या बायकोचे शेरपायली दळून झाले. मग तिने चुलीला पेटू घातले. चिपाडीचा गोड वास आला. घरात धूर झाला. आम्ही चूळ भरून पितळी-पितळी चहा घेतला आणि महादाची रजा मागितली.

तो गावाबाहेर पोहोचवत आला.

“बराय महादा, फीर आता माघारी.”

“काय काळजी करू नका तुमी. सगळी खुशाल असतील घरी. उगंच आपल्या मनाची शंका आसती. जाऊ का मी?”

“जा.”

“गोपूदादा फार घाबरलेत.”

“तुला काय महादा? माझ्या जागी आसतास म्हणजे तूही भ्याला आसतास.”

“खरी गोष्ट. परदुख शीतळ. ही वाट धरून नीट जा. गाडीची चाकोरी सोडू नका. मधी एक-दोन येळा रस्ता फुटलाय. पर इचारत इचारत जा.”

“जातो. रामराम.”

“रामराम.”

महादा माघारी फिरला. आमची वाटचाल सुरू झाली.

ही वाट आम्हा तिघांच्याही मुळीच माहितीची नव्हती. रानामाळातून

परतणाऱ्या गाड्या, गुरे आणि पायीपायी चालणारी माणसे यांचीच तेवढी वर्दळ या वाटेवर असावी. आता भल्या सकाळी तर वाटेवर चिटपाखरूही दिसत नव्हते. कधी एकापाठोपाठ एक, तर कधी तिघे बरोबर असे आम्ही चालत राहिलो.

बराच वेळ चाललो. वाटेत कुणी भेटले नाही. एकाएकी गोपू थांबला आणि उजव्या बाजूला बोट करून म्हणाला, ''ती बघा सोमेवाडी, अजून जळतीय.''

आम्ही चाललो होतो त्या वाटेला समांतर जाणारा मोटाररस्ता दिसत होता. सोमेवाडीची झाडी ओळखू येत होती. या झाडीचा माथा धुराने भरलेला होता. काळा-निळा धूर सावकाशपणे आभाळात चढत होता. सोमेवाडीला ब्राह्मणांची चाळीसभर घरे होती. वतनदार देशपांडे-इनामदारांचे अवाढव्य वाडे होते. हे सगळे वाडे पेटले असावेत. काल संध्याकाळी पेटलेल्या जुन्या वास्तू जळता जळत नव्हत्या. वाडवडिलांनी उभ्या केलेल्या इमारतींची राख होता होत नव्हती.

आम्ही चालू लागलो.

अंगातली थंडी गेली. उघड्या डोक्यांना ऊन चपाचपा लागू लागले. रानातून मृगजळ हलू लागले. आमची तोंडे उन्हाने तांबडीलाल झाली. आजूबाजूला विहीर नव्हती. पाणी नव्हते. झाडेझुडेही फारशी नव्हती.

''अरे, ते बघितलं का? तिकडंही धूर दिसतो.''

यशवंता थांबला. कपाळावर हात धरून त्याने न्याहाळून पाहिले. ''वळवंडं पेटलेलं दिसतं.''

''आता एवढ्यात धूर दिसायला लागला. मघाशी नव्हता.''

''जाळ दिसत नाही?''

''फार लांब आहे ना! पण धूर बघ सारखा उसळतो आहे.''

मग या देखाव्यातली नवलाई नाहीशी झाली. वाटेने जात होतो आणि आमच्या डाव्या हाताला असलेल्या सडकेवरची गावे पेटलेली दिसत होती. ही सोमेवाडी, हे वळवंडे, ते पलीकडे कोळे... होळ्या पेटल्याप्रमाणे गावे धडाधडा पेटत होती. आमचे सगळे लक्ष नांदवडीच्या दिशेला होते. अद्याप तरी तिकडे धूर दिसत नव्हता. माझे गाव नांदवडीच्याही पलीकडे होते. अदमास बांधून मी त्या दिशेकडे पाहत होतो.

समोर दूरवर वाटेने कोणीतरी माणूस येताना दिसला. यशवंताने

त्याला लांबून ओळखले. नांदवडीचे म्हातारे रंगभट येत होते. हे गृहस्थ सगळ्यांच्या चांगल्या माहितीचे होते. भिक्षुक माणूस. लग्नमुंजीच्या पंगतीत कटाची आमटी प्यावी रंगभटांनीच! पुरणपोळीचे जेवण असले की, यजमान आग्रहाने रंगभटांना बोलावीत आणि आमटी पिण्याचा आग्रह करीत. आठ द्रोण, दहा द्रोण आमटी रंगभट पीत, तरी आग्रह चालेच. "हं देवा, आणखी दोन द्रोण तरी गेले पाहिजेत." मग रंगभट हसून म्हणत, "आता वय झालं हो. पहिल्यासारखं जमत नाही."

समोरून येणारे रंगभट आमच्या अंगावरून जाऊ लागले तेव्हा यशवंताने विचारले, "काय देवा, कुणीकडे?"

देव उंचीने फार बुटके होते. देहही स्थूल होता. नाक लांब, मोठे, लांबोडके, बोजड होते. नाकपुड्यांच्या दोन्ही बाजूंनी दोन रेषा निघून हनुवटीकडे खाली उतरल्या होत्या. डोक्यावर धोतराची घडी टाकून सोटा टेकीत-टेकीत चाललेले देव थांबले. आमची ओळख पटण्यासाठी त्यांना नीट निरखून पाहावे लागले. ओळख पटताच त्यांनी हातातील सोटा एक-दोन वेळा वर उचलून धुळीत टेकला आणि म्हटले, "हां." याचा अर्थ त्यांच्या सगळे लक्षात आले होते. "चाललोय कुरवंडीला!"

"का?"

उंच आवाजात देवांनी हेतू सांगितला, "सत्यनारायण आहे देशपांड्यांच्याकडं."

"नांदवडीला काही जाळपोळ झाली का?"

पांढरेधोट आडवे गंध लावलेल्या बुवांच्या कपाळावर जास्ती आठ्या पडल्या.

"जाळपोळ?"

"हो. गांधींना मारलं म्हणून लोकांनी ब्राह्मणांची घरं जाळली चोहोकडं."

"होय का? पण आपल्याकडं तसं काही ऐकलं नाही."

रंगभटांना काही पत्ता नव्हता. स्वभावत: ते थोडे घुमे होते. जरुरीपुरतेच बोलणारे होते आणि प्रपंचाच्या लिगाडात या नसत्या उठाठेवी करतो कोण?

"मग तुम्ही निघालाय केव्हा नांदवडीसनं?"

"निघालो पहाटे चाराच्या सुमारास."

"पण रात्री सारंगपूरची मोटार गावात आली तेव्हा सोमेवाडी जळली वगैरे काही कळलं नाही का?"

रंगभटांनी उघडे तोंड मिटून डोळे झाकले आणि दोन वेळेला सावकाशपणे मान हलविली.

आता काय करणार?

गावाकडची निश्चित बातमी समजेल म्हणून गोपू मोठ्या अधीरतेने विचारीत होता आणि सत्यनारायणाची पूजा सांगण्यासाठी आपल्या जुन्या यजमानांकडे कुरवंडीला चाललेल्या रंगदेवांना काहीही माहीत नव्हते. आता त्यांना आमच्याकडून ही बातमी कळली तरी त्यांच्या चेहऱ्यावर काही चिंता, उत्सुकता दिसली नाही. कपाळाचा घाम उपरण्याच्या टोकाने पुशीत ते म्हणाले, "बराय, चलतो. ऊन होतंय."

यावर आम्ही होकारार्थी मान हलविल्यावर ते चार पावलं पुढे गेले आणि पुन्हा वळून म्हणाले, "अरे मुलांनो –"

म्हाताऱ्याला काही निरोप सांगायचा आहे काय म्हणून आम्ही उभे राहिलो. रंगभट पुन्हा पाय ओढीत जवळ आले आणि मान पुढे काढून म्हणाले, "विडी आहे का?"

यशवंताने विडी काढून दिली. ती स्वत: पेटविली. वेळ न दवडता म्हातारा विरुद्ध दिशेने चालू लागला.

उन्हाने जळणाऱ्या क्षितिजाकडे वरचेवर बघत आम्ही वाट तुडवू लागलो. घामाच्या धारा गळू लागल्या. हाशहुश करीत, डोळ्यांची उघडझाक करीत, फुफाट्यातून आम्ही चाललो होतो आणि रस्त्याकाठची गावे पेटत होती. धाटफळे, वखणी, हिवतड – हुरड्याच्या आगट्या पेटल्यासारखा चहूकडे धूर दिसत होता. इतके झाले, आता नांदवडी कसली राहते! गोपूचे स्वत:चे घर कसले राहते! यशवंताचे घर कसचे बचते आणि आमचा आजोबांनी बांधलेला चौसोपी वाडा तरी कोण ठेवतो!

छे! असे कसे होईल? नांदवडीला ब्राह्मणांची इतकी वस्ती आहे. जाळपोळ करायला लोक धजणार नाहीत आणि आमच्या गावी आम्ही कुणाच्या अध्यात ना मध्यात! सावकारी नाही, जोरजुलूम नाही. आमचे कुणाशी वैरच नाही. कसल्याही राजकारणाशी आमचा संबंध नाही. गोपूचे काही सांगता येत नाही. पण माझे आणि यशवंताचे घर कोणी जाळणार नाही.

आणि जाळले तर?

विचाराच्या नादात चालताना वाटेवर रोवून राहिलेल्या दगडाला ठेच लागली आणि माझ्या जुन्यापुराण्या वहाणेचा वरचा पट्टा तुटला. वहाण पायात घालता येईना. पुष्कळ खटपटून पाहिले. इकडचा खिळा उपसून तिकडे ठोकला; पण पट्टा लागेना. शेवटी वहाणा पिशवीत टाकून मी अनवाणीच चालू लागलो. तापल्या तव्यावर ठेवावे तसे तळपाय भाजू लागले. त्याने फायदा एवढाच झाला की, दमून पाय ओढीत चाललो होतो, तो मी आता वाटेने पळू लागलो. होईल तेवढे पळायचे, अगदीच सोसवेना, पाय भाजून कानातून कळा येऊ लागल्या की, एखाद्या झुडपाच्या सावलीला जाऊन टाचेवर उभे राहायचे. पाय थोडे निवले की, पुन्हा पळत सुटायचे असा प्रवास सुरू झाला. आजूबाजूला झुडूप मिळत नसे तेव्हा खांद्यावरची पिशवी तापलेल्या धुळीत टाकून मी तिच्यावर उभा राही आणि तळवे निवल्यावर पुन्हा पळू लागे. बरीच वाट चालून झाली. एकाएकी भूक फार लागली. बाजूच्या रानातून बाभळीच्या शेंगा, चिंचेचा पाला दिसल्यावर तो खावा का असा विचार मनात येऊ लागला. शेरडे खातात, त्याअर्थी चिंचेचा पाला तरी अपायकारक असायचे काय कारण आहे?

माझ्या या धावपळीत यशवंता आणि गोपू मागे राहून मी बराच पुढे आलो होतो. वाटेकडेला असलेल्या चिंचेखाली जाऊन लोंबत्या डहाळीचा कोवळा पाला मी मुठीने ओरबाडला आणि वाळून कोळ झालेल्या तोंडात घातला. त्या आंबट चवीने तोंड ओले झाले. अंगात त्राण नसल्यासारखा मी चिंचेच्या मुळाला उसे देऊन, गुडघे उभे करून आणि हात छातीवर घेऊन उताणा पडून राहिलो. काही वेळाने गोपू आणि यशवंताही आले. दोघेही भुईवर पडले.

पण असा वेळ घालवून चालण्यासारखे नव्हते. शक्य तितक्या लवकर आम्हाला गावात पोहोचायचे होते. सारे बळ एकवटून आम्ही उठलो आणि पुन्हा वाट तुडवू लागलो. या वाटेने जाता जाता एकाएकी समोर गाव आले.

"कुठले रे हे गाव यशवंता?"

"मणेरी."

"इथं बरी जाळपोळ नाही."

"ब्राह्मणाचं घर नाही. सगळी वस्ती मराठा-कुरवाड्यांची आहे."

मी एकाएकी थांबलो.

"मग गावातनं नको जायला. आपण बाहेरून जाऊ."

"पण वाट गावातनंच आहे. बाहेरून गेलो तर उगीच संशय येईल. कोणी चौकशी केली तर सापडू. त्यापेक्षा खाली मान घालून सरळ गावातनंच जाऊ या. जे होईल ते होईल."

गावातून जाताना लोकांनी आम्हाला बघितलेच.

"कुठले हो पावणे?"

"नांदवडीचे."

"अस्सं!"

पण नशिबाची गोष्ट ही की, कोणीही तुमचे नाव काय, तुमची जात काय म्हणून विचारले नाही. सटक्याने पाय उचलून आम्ही गाव मागे टाकले आणि बाळेवाडीच्या कुरणात शिरलो. गाडीवाटेच्या दोन्हीही बाजूंना भलेमोठे कुरण होते. बाभळीमुरमुटीची, आपटानेपतीची झाडेझुडे दाटीवाटीने लागलेली होती. मोठमोठाले धोंडे, लहानलहान खड्या होत्या. या कुरणातून जायला वाटसरू नेहमीच घाबरत. वाटमारीची ही जागा होती. वरचेवर इकडेतिकडे बघत आम्ही जलदीने कुरण पार केले. दिवसाउजेडी वाटमारी होईल कशी? पण एकवार मनाने भीती घेतली की, विचार असा राहत नाही.

आता पुन्हा एका छोट्या पायवाटेला आम्ही लागलेले होतो. लांबचा पल्ला वाचवण्यासाठी गाडीवाटेलाच ही पायवाट फुटलेली होती. पुढे जाऊन ती पुन्हा मूळ वाटेला मिळत असावी. या वाटेने, नांदवडीच्या बाजूने काशीद तांबोळ्याचे घोडे आले. वयाने झालेला काळाभोर काशीद उन्हाने कावला होता आणि वरचेवर तरवडाच्या फोकेने घोड्याला हाणीत होता.

"नांदवडीकडनं आला का काशीद?"

"होय. का?"

आमच्यासाठी घोडे थांबवायला काशीद तयार नव्हता. म्हणून उलटी तोंडं फिरवून आम्हीच त्याच्या घोड्याबरोबर चालत राहिलो.

"गावात काय गडबड?"

"काय अजून तरी नाही बाबा, पर सोमेवाडी-वळवंडं-कोळं पेटलं

म्हणत्यात. आपल्या बी गावात पळापळ चाललीय तुम्हा लोकांची. तुम्ही कुठनं आला?''

''पुण्यासनं.''

घोड्याला छपाटी मारून काशीद म्हणाला, ''एकदम शिरू नगा गावात. आधी बाहेर राहूनच तपास करा आन् गरबड नसली तरच जा. त्याचा काय नेम?''

मान हलवून आम्ही संमती दिली आणि तोंडं फिरवून पुन्हा वाट काढू लागलो.

दुपारचे तीन-साडेतीन वाजले. गावाजवळ आलो. धुराचा लोळ दिसला. नांदवडीही पेटली होती.

आम्ही आलो ती गाडीवाट मोटाररररस्त्याला येऊन भिडली. आता या सडकेने चार फर्लांग गेलं की गावच.

गोपू थांबला. वाळलेले ओठ जिभेने ओले करून म्हणाला, ''आमच्या मळ्यात जाऊ या अगोदर. तिथं गडी असतील, बातमी कळेल.''

पुढे गावात जाणारी सडक सोडून आम्ही उजव्या हाताला काळ्या रानात शिरलो. वावरांतून, उभ्या पिकांतून चालत गोपूच्या मळ्यात येऊन पोहोचलो.

एवढ्या मोठ्या मळ्यात कोणीही गडीमाणूस दिसत नव्हते. गुरेढोरे होती. पीकपाणी होते, पण माणसाचा सावटही नव्हता. गुराच्या गोठ्याशेजारी असलेल्या झोपडीत जाऊन हुश्श करून टेकलो. चालण्याचालण्याने पाय ताठून गेले होते.

गोपू उठून बाहेर गेला. बांधावर, तालीवर, विहिरीच्या माचाडावर उभा राहून त्याने चोहीकडे पाहिले. पण उभ्या मळ्यात कोणी माणूस नव्हतेच. परत येऊन गोपू आमच्या शेजारी बसला आणि म्हणाला, ''आमच्या घरी काहीतरी भयंकर प्रकार घडलेला दिसतो. एरवी गुरांना सोडून गडीमाणसं जायची नाहीत. घरात काहीतरी घडलं आहे खास!''

शेवटचे वाक्य बोलताना गोपूचा घसा भरून आला. जरा वेळ आम्ही उगीच बसून राहिलो. मग बाहेर पावले वाजली. कुठे पिकात काम करणारी एक बाई झोपडीत आली. आम्हाला आत बसलेले

पाहताच तिला आश्चर्य वाटले. गोपूला उद्देशून ती बोलली, "बया गं, आन् तुमी कवा आला!"

गोपूने म्हटले, "हे आत्ताच. निर्मळाबाई, सगळे गडी कुठं गेले? मळ्यात कोणीच कसं नाही?"

"गावात किती भला गोंधूळ झालाय म्हनं. घरं जाळली समद्या बामनांची. आत्ता सांगावा आला म्हनून सगळं गडी गेलं गावाकडं पळत."

"आपलं घर जाळलं का? आप्पा खुशाल आहेत का?"

निर्मळा रडकुंडीला येऊन म्हणाली, "मला वं काय ठावं? कळल्यापासनं बिचारी होऊन मी एकलीच बसलेय. गडी माघारी येत्याल तवा काय ते कळंल. तुमी नेमकं आज कसं आला? या वेळी मोटार कुठली?"

गोपू काही बोलला नाही. म्हणाला, "पाणी दे प्यायला. तहान लागली."

निर्मळाने मातीच्या घागरीतील थंडगार पाणी आणून दिले आणि विचारले, "जेवनाखानाचं कसं वं? हुरडा काढू का मकेचा?"

"काढ जा. तवर काही खायला नाही का?"

"न्हाई की वं."

"बरं जा, हुरडा तरी काढ जा."

निर्मळा गेली.

जराशाने गोपू म्हणाला, "घरं जाळली तरी दुःख नाही, पण त्यांनी लोकांना मारू नये."

माझ्या तोंडून गेले, "काही सांगता येत नाही. हे जमावाचं माथं आहे."

यशवंताने अंगातला कोट काढून बाजूला ठेवला होता. दोन पायांवर बसून तो विडी ओढत होता. चेहऱ्याभोवती घुटमळणाऱ्या धुराइतकाच त्याचा चेहराही पांढरा पडला होता. तोंडात दात नसलेली आपली बाहुलीसारखी लहानखुरी, गोरीगोरी आई आणि दम्याच्या विकाराने जर्जर झालेला शाळामास्तर भाऊ या वेळी काय करीत असतील, त्यांच्यावर काय प्रसंग आला असेल याचे चित्र तो पाहत असावा. मी घाबरलो होतो, पण कल्पनाशक्तीला कितीही ताण दिला तरी माझ्या खेड्यातील लोक बेफाम होऊन आमचा चौसोपी जुना वाडा जाळत आहेत, हे चित्र माझ्या डोळ्यांपुढेच येत नव्हते. माझी आई

घाबरून ओरडत आहे, माझे वडील हताश होऊन बसले आहेत आणि माझा मोठा भाऊ खुशाल लोकांना घर जाळू देत आहे, हे मी बघूच शकत नव्हतो.

हुरडा काढायला म्हणून गेलेली निर्मळा पळतच माघारी आली आणि छातीवर हात घेत रडवेल्या आवाजात म्हणाली, "अवं पळा-पळा. ती मानसं हिकडंच आली आपलाच गोठा जाळायला!"

भुईवर टाकलेल्या पिशव्या उचलून आम्ही झोपडीबाहेर पडलो आणि पिकांतून, काळ्या रानांतून वाट दिसेल तिकडे पळालो. वरच्या दिशेला, चढावर मातीची भलीमोठी ताल होती. लहानसा ओघळ अडविलेला होता. ही ताल पार करून आम्ही पलीकडे गेलो आणि दगडावाळूने भरलेल्या खड्ड्यात जाऊन पालथे पडलो. श्वास जोराने होत होता आणि छातीचे ठोके जलद पडत होते.

मोठमोठ्याने आरोळ्या ऐकू आल्या – "गांधीमहाराज की जय! पंडित नेहरूकी जय! भारत माताकी जय!"

लटलट कापत यशवंता हळू आवाजात बोलला, "आले. त्यांनी आपल्याला बघितलं."

मी अंगाचा संकोच केला. दोन्ही कोपरांत डोके गच्च धरून वाळूत तोंड खुपसून पडून राहिलो. माझे कान मात्र लहानसा आवाजही टिपत होते. माझ्या शेजारीच पडलेला यशवंता थरथर कापत होता. ते मला जाणवत होते. एकदम मला वाटले, तो रडतो आहे. तोंड बाजूला करून मी बघितले आणि माझे काळीज एकदम लक्‌लक् झाले. आवाज दाबून दाबून यशवंता रडत होता. त्या हुंदक्याने त्याचे सगळे अंग थरथरत होते. मी कुजबुजलो, "काय झालं रे?"

त्याने मान जोरजोराने हलविली. रक्त येईपर्यंत ओठ दाताखाली दाबला आणि हाताची मूठ वळून ती जोरात जमिनीवर आपटली. पलीकडे पडलेल्या गोपूने दटावले, "गप्प पडा. माणसं इकडंच आली."

आम्ही खड्ड्यात होतो. समोर उभी ताल होती. डाव्या-उजव्या बाजूला चढण होती. तिच्यावर गळ्याइतके शाळूचे पीक होते. बाभळी-लिंबाची झाडे होती. उजव्या बाजूला माणसे बोलण्याचा आवाज आला. अनेक पाय वाजले.

दोन्ही कोपरांत डोके गच्च दाबून आणि डोळे घट्ट मिटून मी पडून

राहिलो. माणसे हसत होती, मोठमोठ्याने बोलत होती. त्यांची पायताणे खडकाळ जमिनीवर वाजत होती.

....या गोप्याच्या बापाने लोकांच्या मुंड्या मुरगाळून पैसा मिळविला. इस्टेट केली. बापानं केलेलं पाप पोराला भोगावं लागणार. हे लोक आता गोप्यालाही ठार मारणार. गोप्या, गोप्या, तू मरणार....

येशा हुंदके आवरून गप्प झाला होता. गोपू त्याच्या अंगाला खेटून आवाज घेत पडला होता.

जवळ ऐकू येणारे लोकांचे आवाज हळूहळू पुसट झाले. आम्हाला न पाहता माथेफिरू जमाव पुढेच कुणीकडे गेला.

पंधरावीस मिनिटं गेली.

मी कुजबुजलो, ''गोपू, यशवंता –''

कोणीही बोलले नाहीत. मी सावधपणे डोके वर करून बघितले.

आजूबाजूचा भाग दिसला. कोणी नव्हते. मग मी आणखी डोके उंच केले. चढाचा थोडा भाग दिसला. कोणी नव्हते. हलकेच उठून बसलो. पाठ फिरवून, टाचा उंचावून खालच्या दिशेकडे बघू लागलो. दूर माळावर काळी मेंढरं चरत होती. आभाळाच्या पार्श्वभूमीवर काळाभोर धनगर हातातली काठी उंच करून आम्हाला खुणावत होता, ''उठा, उठा, उठा, हऽऽऽय! गेली मानसं, गेली. भिऊ नगा. उठा. हऽऽय.''

टेकाडावर मेंढरं चारणाऱ्या त्या धनगराने मघा आम्हाला पळताना पाहिले होते, लपताना पाहिले होते. गावाकडून माणसे आलेली आणि वरच्या अंगाने मळा ओलांडून गेलेली पाहिली होती आणि आता, जमिनीशी मुरलेला मी डोके उंचावून इकडेतिकडे पाहतानाही त्याला दिसलो होतो. तो उघडावाघडा धनगर आपल्यालाच खुणावतो आहे; 'उठा, उठा' असे ओरडून सांगतो आहे हे ध्यानात येताच मी उठून उभा राहिलो आणि म्हणालो, ''अरे, माणसं गेली.''

मग सावकाशपणे यशवंता उठला. उभा राहिला. दुखण्यातून उठल्यासारखा त्याचा चेहरा झाला होता. हातातल्या पिशवीनेच त्याने चेहरा पुसला. अर्ध्या चड्डीतून दिसणारे त्याचे लांबसडक पाय अजूनही थरथरत होते.

गोपू उठून उभा राहिला. त्याची पँट डाव्या मांडीवर भिजून ओला डाग पडला होता. पण देहाची झालेली ही दशा त्याच्या अजून लक्षात आली नव्हती. मला ओशाळल्यासारखं झालं.

आम्ही पिशव्या गोळा करून समोर पंधरावीस यार्डांवर असलेल्या तालीवर चढलो. खाली गोठा दिसत होता. तो जाळला नव्हता.

दरम्यान, तो मेंढका मेंढरे माळाला लावून आमच्याकडे आला. वयाने तो चाळिशीच्या पुढचा होता. रंगाने काळा, उंची-अंगलटीनं हातातल्या काठीसारखाच होता. त्याच्या कमरेला फक्त एक आखूड धोतर होते, डोक्यावर तांबड्या रंगाचा पटका होता आणि काखेला घोंगडे होते. एका पायाने लंगडत तो आला आणि आमच्यापुढे घोंगडी टाकून बसला. बसता-बसता म्हणाला, ''मी लांबनं बघत हुतो तुमी पळाल्यालं, तालीत दडल्यालं. मानसं वरल्या अंगाला गेली. तवा तुमाला हात करून उठा म्हनालो.''

आम्हाला काही बोलणे सुधारत नव्हते. मी हसल्यासारखे करून पुन्हा गप्प झालो.

धनगराने विचारले, ''नांदवडीचंच का तिघंबी?''

''हं.''

''कुनाचं?''

''हा धोंडोपंत वकिलाचा, हा बाबा मास्तरांचा आणि मी चोपडी गावचा.''

''चोपडीचा?''

''का? तुम्हाला माहिती आहे काय तिकडची?''

''तर, मी पाटलाच्या वाडीतला न्हवं का?''

''मी बापूराव कुलकर्ण्याचा मुलगा. चोपडी जळली का?''

धनगर माझ्याकडे बघत होता. तो चटकन भुईकडे बघू लागला. थोडा वेळ घेऊन म्हणाला, ''जळली.''

''आमचं घर?''

धनगर घसा साफ करून बोलला, ''तुमच्या घराला काय होतंय? कुणाच्या अध्यात नाही, मध्यात नाही. तुझ्या घराला काय धक्का नाही बघ.''

मला एकदम विलक्षण समाधान वाटले.

पण पुन्हा असेही मनात आले की, या धनगराला माहिती नसेल. उभे गाव जळले तर माझेच घर कसे राहील?

मग त्या लंगड्या धनगराने, आम्ही कुठून निघालो, कधी निघालो याची सगळी माहिती विचारली. त्याने विचारले तेवढ्या प्रश्नांची आम्ही तुटक उत्तरे दिली. बोलणेसुद्धा नको झाले होते.

धनगराने विचारले, "भुका लागल्या असत्याल. भाकरी हाय माझ्यापशी; पण ती तुमाला चालतिया का?"

भुका लागून आपोआप विझल्याही होत्या. धनगराने भाकरीचे नाव काढताच तोंड ओले झाले.

यशवंता म्हणाला, "न चालायला काय झालं? पण तुला रे? आता तू घरी जाणार तो दिवस मावळायलाच."

"माझी नका काळजी करू. मघा दुपारी थ्या वगळीला बसून पोटभर खाल्लीया." असे म्हणून त्या भल्या माणसाने घोंगड्यात गुंडाळलेल्या भाकरी काढल्या. तांबड्या रंगाच्या जाडजूड चार भाकरी आमच्या पुढ्यात ठेवल्या. तंबाखू ठेवायला असते तशी लांबडी पिशवी कमरेला खोवलेली काढली. तिच्यात तांबड्या मिरचीचा भुकटा होता. तो भाकरीवर घालून धनगर म्हणाला, "बघा, जमतंय का?"

तिघेही तिखट-भाकरी हातावर घेऊन खाऊ लागलो. तोंडं मटामटा वाजू लागली. व्हंडीची भाकरी आणि तांबडी चटणी इतकी चवदार असते, हे मला माहीतच नव्हते.

भाकरी खाण्यात आम्ही अगदी दंग होऊन गेलो होतो आणि तो धनगर डोळे विस्फारून आमच्याकडे बघत होता. दोन पायांवर बसून हातांचे पंजे एकमेकांत गुंतवून बघत होता. बघता बघता त्याचा हडकुळा चेहरा लखलखला. खोल गेलेले डोळे चमकले. डोळे मिटून तो अगदी बेंबीच्या देठापासून बोलला, "काय गंमत हाय बघा. चार दिसांमागं मी जरी तुमाला म्हनालो असतो, बाबांनो, दहा रुपयं देतो, माजी एवडी वाळली भाकरी खा, तरी बी ती तुमी खाल्ली असती का? आन् आज? येळंचा गुन हाय!"

यावर आम्ही कसेसेच हसलो आणि लवकर संपेल या भीतीने भाकरीचे लहान तुकडे मोडू लागलो.

नांदवडी

संध्याकाळच्या सुमारास गावात गेलेले गडी मळ्यात परत आले. गावातील ब्राह्मणांच्या चाळीस-पंचेचाळीस घरांपैकी बहुतेक सारी जाळली अगर लुटली आहेत, असे त्यांनी सांगितले. गोपूचे घर अर्धवट जाळले होते व सर्व लुटले होते. आप्पा सुखरूप होते. यशवंताचे घर न जाळता आतील सामानसुमान तेवढे लोकांनी लुटले होते. गावात कुणाच्या प्राणाला धक्का लागला नव्हता. जाळपोळ, लुटालूट करणारे लोक परगावचे होते. गावच्या लोकांनी त्यांना ब्राह्मणांची घरे दाखवण्यास मदत केली होती. हे लुटा, जाळा असे सांगितले होते.

आता काही धोका नाही, हे समजताच आम्ही घाईने गावाकडे निघालो. सरळ मोटाररस्त्याने गेलो, तर यशवंताचे व गोपूचे घर फार लांब पडत होते म्हणून रस्ता सोडून आम्ही खाली वळलो आणि ओढ्याच्या काठाकाठाने जाऊ लागलो. नांदवडीच्या ओढ्याचे पात्र बरेच मोठे होते. ओढ्याने गावाला अर्धवर्तुळाकार वळसा घातलेला होता. दोन्ही काठाला करंज-निरगुड्यांची झाडी होती. या झाडीतून पायवाट धरून आम्ही गावाकडे निघालो. गाव अर्धा फर्लांग राहिले असेल. तेवढ्यात निरगुड्याच्या जाळीतून डोकावत काही शोधणारे बुटके टेलर भेटले. वास्तविक शिलाईचा धंदा करणाऱ्या माधव देशपांड्यांचे आडनाव बुटके नव्हते. पण त्यांची उंची फार कमी असल्यामुळे लोक त्यांना 'बुटके टेलर' म्हणत. आता त्यांचे खरे नाव, आडनाव लोक विसरूनच

गेले होते. गावचा असा भेटलेला हा पहिला माणूस. अधीरतेने आम्ही पुढे झालो.

गोपूने विचारले, ''काय हुडकताय टेलर?''

आम्ही केव्हा आलो, कधी आलो याचे त्यांना काही वाटले नाही. करंजाच्या झाडाझुडपांतून ते काहीतरी शोधत होते. जाळ्यांच्या बुडात वाकून-वाकून बघत होते. आमच्याकडे एकवार दृष्टी टाकून पुन्हा त्यांची नजर काही शोधू लागली. गोपूने पुन्हा विचारले, ''काही हरवलंय का?''

टेलर कावल्या आवाजात बोलले, ''अहो, दुपारी लोक आले आणि जाळपोळीचा दंगा सुरू झाला. तेव्हा लहान पोरं जी भिऊन कुठं लपलीत त्यांचा पत्ता नाही.''

आम्ही काय बोलणार? न बोलता पुढे चालू लागलो आणि मुले नाहीशी झाल्यामुळे सैरभैर झालेले टेलर ओढ्याकाठाने हिंडू लागले.

गावच्या पाणवठ्याच्या वाटेने आम्ही वर चढलो. यशवंताचे घर दिसू लागले. बाहेर कुणी उभे असेल म्हणून आम्ही पाहिले. पण चिटपाखरूही दिसत नव्हते. इथून गोपूची वाट वेगळी होती. यशवंताच्या घरी जाऊन काय झाले आहे हे बघण्याऐवजी तो म्हणाला, ''मी जातो घराकडे. जरा वेळानं येईन.'' आणि बोळात शिरून तो दिसेनासाही झाला.

यशवंताच्या घराच्या पायऱ्या चढताना माझे काळीज धडधडत होते. तो पुढे आणि मी मागे असे उघड्या दरवाजातून आत गेलो. आतील लहान चौकात पाणी सांडले होते. अर्धवट जळलेले कागद, राख चौफेर पसरली होती. फोडून टाकलेल्या फोटोच्या फ्रेम्स, काचा आणि घरातल्या सटरफटर वस्तू, डबडी, खोकी यांचा खच पडला होता. उजव्या हाताला असलेल्या सोप्यात कोणी नव्हते. समोरच्या सोप्यात कोणी नव्हते. यशवंता इकडे-तिकडे बघत क्षणभर उभा राहिला. ''आई –'' अशी त्याने हाक मारली. 'ओ' आली नाही तेव्हा त्वरेने समोरच्या सोप्यात चढून यशवंता डाव्या बाजूला असलेल्या स्वयंपाकघराच्या आत डोकावला. माळीच्या चौकटीतून तो आत गेला आणि बाहेर

आला. सोप्यात उभा राहून मी बघत होतो. डोके वाकवून यशवंता माळीच्या चौकटीतून बाहेर आला, तेव्हा त्याचा चेहरा पांढराफटक पडला होता.

मी विचारले, "काय?"

"कोणी दिसत नाही. घर उघडं टाकून सगळी गेली कुठं?"

काय करावे हे न सुचून आम्ही दोघेही त्या सामानसुमान लुटून नेलेल्या रिकाम्या घरात पुन्हा एकवार हिंडून आलो. यशवंता म्हणाला, "शेजारी चौकशी करू या."

शेजारी असलेल्या देशपांड्यांच्या घरात आम्ही शिरलो. पिठाच्या गिरणीचा व्यवसाय करणारे भगू देशपांडे आणि त्यांची मंडळीही दिसत नव्हती. "घरी कोणी आहे का?" असे ओरडल्यावर कमरेला नुसता पंचा असलेले देशपांडे आतून बाहेर डोकावले.

"काय आहे?"

"आमच्या घरची माणसं कुठं गेलीत?"

यावर भगूराव म्हणाले, "आमची आम्हाला पंचाईत पडली आहे. तुझ्या घरच्या माणसांचं कुणी बघितलंय?"

यापेक्षा जास्ती काही सांगण्याची त्यांची इच्छा नव्हती, असे दिसले. या घरातील पुढच्या बाजूचे एक-दोन खण जळालेले दिसत होते. खांबांना, खाडांना हाय लागलेली होती. घरात चहूकडे सामानसुमानाचा खच पडलेला दिसत होता. आम्ही बाहेर पडलो. गल्लीतून चालू लागलो. पुढे ओढ्याकडे पाठ करून रामाचे देऊळ होते. या देवळातच बाजूला असलेल्या दोन खोल्यांत देवळाचे पुजारी बापू जोशी आणि त्यांची म्हातारी आई राहत होती. आत जाऊन आम्ही चौकशी केली तेव्हा घाबरलेल्या पुजाऱ्याने सांगितले, "चहूकडे गोंधळ झाला. सगळी पळापळ झाली. तुझी माणसं कुठं गेलीत हे कसं कळणार? अशा वेळी कोण कुणाला सांगून जातं का?"

यशवंताने विचारले, "पण तुम्ही त्यांना सकाळी तरी बघितलं होतं का? आई, अण्णा, वहिनी इथंच आहेत का परगावी गेलीत?"

पुजारी म्हणाले, "काल आमच्या घरावरून जाताना तुझ्या अण्णाला बघितला होता."

"मग आता शोधावं तरी कुठे?"

हवालदिल होऊन यशवंता ब्राह्मणआळीतून चालू लागला. मी आपला त्याच्या मागोमाग राहिलो. ओढ्याच्या कडेकडेने सगळी ब्राह्मणआळीच होती. जिथेतिथे आम्हाला जळलेली, अजून धूर निघत असलेली घरे दिसत होती. कुठे-कुठे माणसे आडातून पाणी शेंदून अजून जळणारा भाग विझवत होती. ही सगळीच घरे माझ्या आणि यशवंताच्या ओळखीची होती. मधेच उभा राहून यशवंता म्हणाला, "लोक घरं सोडून गेलेली दिसतात. आपण इतके आलो, पण किती थोडी माणसं भेटली. माझी माणसं बहुतेक गुप्त्यांच्या वाड्यावर गेली असतील."

मग आम्ही सगळी ब्राह्मणआळी चालून गेलो. बाजारपेठेतून गेलो. गुप्त्यांच्या वाड्यात शिरलो. संध्याकाळच्या वेळेला गुप्ते आपल्या सोप्यात शतपावली करीत होते. आम्हाला बघताच ते बोलले, "अरे, तुम्ही इकडे आला होय? इतका वेळ तुझी माणसं आमच्याकडे होती यशवंता. आता घरी गेली."

मग त्याच पावली आम्ही परत फिरलो आणि दुसऱ्या वाटेने गल्लीबोळ ओलांडीत, जळलेली घरे बघत यशवंताच्या घराकडे आलो.

यशवंताचा किडकिडीत, गोरापान, दम्याच्या विकाराने हैराण झालेला भाऊ उघडाच जोत्यावर बसला होता. आम्हाला पाहताच तो उठून पुढे आला आणि "अरे माझ्या लेकरांनो!" म्हणून त्याने आम्हा दोघांनाही पोटाशी धरले. आम्हाला रडू आले. अण्णा म्हणत होता, "अरे, तुम्ही सुखरूप आला हे पुष्कळ झालं. जळ् दे घरं जळली तर! लुट् दे लुटली तर!! आपलं नशीब नाही ना कुणी लुटलं!! अरे, आपल्यापाशी हिंमत आहे. गेलेलं पुन्हा मिळवू. नका रडू."

यशवंताने विचारले, "अण्णा, आई कुठं आहे? बाबा कुठं आहेत?"

"ती दोघंही चार दिवसांपूर्वीच पंढरपूरला नानाकडे गेली. बरं झालं, इथे नव्हतं कुणी म्हणून. म्हातारीला हे काही बघवलं नसतं."

चेहरा सुकून गेलेली यशवंताची वहिनीही मूल कडेवर घेऊन बाहेर आली. ती टाहो फोडल्याप्रमाणे म्हणाली, "कोणत्या वेळी सुट्टी घेऊन आलात भाऊजी?"

पहिला सगळा आवेग ओसरला. डोळे पुसून मी गप्प बसून राहिलो. यशवंताच्या डोळ्याला अजून पाणी येत होतं. अण्णा म्हणाला, "उठा,

चूळ भरून तोंडावरून हात फिरवा.''

हे ऐकताच उंबऱ्यालगत भिंतीशी टेकून बसलेल्या वहिनी म्हणाल्या, ''आहे कुठे घरात पाणी? आडाचं काढू म्हटलं तर पोहरासुद्धा नाही.''

अण्णा रागाने बोलला, ''तुम्हाला पाणी द्यायला भांडंसुद्धा घरात नाही. पोरांनो, आडाचा पोहरासुद्धा भडव्यांनी सोडून नेला.''

मुळात गरीब शाळामास्तराचा संसार, तो असून-असून केवढा असणार? होती चार भांडीकुंडी, कपडेलत्ते, धान्यधुन्य सगळेच लोकांनी नेले होते. कंदीलसुद्धा!

''गावाबाहेरची आली तशी गावातली आली. सगळ्यांनाच फावलं. अरे, हा आपला गण्या चांभार, पायताणं सांधायला येणारा, बेधडक घरात घुसला आणि साळीचं पोतं उचलून लागला न्यायला. ओझं झेपेना, भेलकांडे जायला लागले तरी तसंच पळवलं त्यानं पोतं! महारंपोरं बेधडक घुसली घरात. हाताला लागलं ते घेऊन पळाली. सगळी माहितीची, ओळखीची. पण कुणाला बोलायचं आणि काय म्हणायचं? काळच फिरला!''

जरा वेळ बोलून झाले, आणि अण्णा ''हा आलो –'' म्हणून बाहेर पडला.

वहिनी सारख्या म्हणत होत्या, ''चहा नाही, साखर नाही. भांडंसुद्धा नाही घरात! कसं करायचं आता? मागायचं तरी कुणाकडे? सगळ्यांचीच ही तऱ्हा!''

''बरं झालं. घर तरी वाचलं आगीतून.''

''अहो, कशाचं वाचतंय? लुटालूट झाल्यावर आगच लावणार होते ते. मागचा देशपांड्याचा वाडा बघितलात ना तुम्ही? जळून राखरांगोळीच झालाय. आपल्या घरात लोक शिरले, लुटालूट झाली आणि एवढ्यात सरकारवाड्याकडं गोळीबार झाला. ते आवाज ऐकले आणि लोक पळाले. आपल्या या आळीपैकी जळायचं असं आपलं घर राहिलं. भगू देशपांड्याचं थोडंफार वाचलं; बापूराव जोशाचं एक राहिलं. लुटालूट केली लोकांनी, पण आग नाही लावली.''

''किती वाजता झाली दंगल सुरू?''

''बारा-एकला सुरूच झाला गोंधळ.''

''आम्ही तेव्हा वाट चालत होतो.''

"तुम्ही शिवघाटाखाली उतरल्याचं कळलं आम्हाला, तेव्हापासूनच हे फार काळजी करीत होते.''

मी आश्चर्याने विचारलं, "तुम्हाला कसं कळलं आम्ही उतरलो ते?''

"आबासाहेब रात्रीच्या मोटारने आले, त्यांनी सांगितलं.''

दिवेलागणीची वेळ झाली तेव्हा जोशी पुजाऱ्याची विधवा आई गडबडीने आली आणि वहिनींना म्हणाली, "तुम्ही नाही का गं जाणार सरकारवाड्यात झोपायला?''

"का हो?''

"तो माणूस मारला ना, शिंदे फौजदारानं? त्याचा सूड घ्यायला यायचे आहेत रात्री म्हणे लोक पुन्हा.''

"अगं बाई! मग हो?''

"मग काय घरादाराला कड्याकुलपं घालून सरकारवाड्यात आश्रयाला जायचं. आहेत कुठं घरं लोकांना कड्याकुलपं घालायला? चला, काय व्हायचं ते होवो.''

"मग आम्हालासुद्धा आवरलं पाहिजे.''

"कुठं गेलाय अण्णा? ही पोरं केव्हा आली?''

वहिनींनी सर्व हकिकत थोडक्यात सांगितली. बाहेरच्या दारातच चौकटीला हात ठेवून जोशी पुजाऱ्याच्या आईने ती ऐकली आणि हळहळत, चुकचुकत ती आपल्या घराकडे गेली.

बाहेर गेलेला अण्णा एका हातात कंदील आणि दुसऱ्या हातात पिशवी घेऊन परत आला.

आम्ही अंधारातच बसलो होतो. अण्णा म्हणाला, "गुप्त्यांच्यातनं कंदील आणला. चांगली माणसं. म्हातारीनं भाजी-पोळी दिली, पोरांना खाऊ घाला म्हणून. त्यांच्याही वाड्यावर गेली होती माणसं, बामणाचं घर पेटवायला म्हणून – पण शेजारच्या काशा तांबोळ्याची म्हातारी म्हणाली, 'अरं ती बामणं नव्हत.' मग फिरली माघारी. नाही तर गुप्त्यांचं घर राहत नव्हतं.''

ती भाजी-पोळी कागदावर घेऊन आम्ही खाऊ लागलो. अण्णा आणि वहिनी बघत बसली.

वहिनी अण्णाला म्हणाल्या, "शेजारच्या आत्याबाई म्हणत होत्या, लोक पुन्हा येणार आहेत.''

"होय की! शिंदे फौजदारानं माणूस मारलाय त्यांचा. त्यानं चिडलेत लोक.''

मी विचारलं, "माणूस मारला?''

"तर! एवढा गोंधळ झाला, तेव्हा पिस्तूल वाजवलं फौजदारानं. त्यात एक माणूस मेला. मगच लोक पळाले. नाही तर त्यांनी घरन् घर पेटवलं असतं.''

"सूड घेण्यासाठी पुन्हा ते लोक आले तर चांगले तयारीनं येतील, हत्यारापात्यारांसहित –''

"येतील, पण आता कशाला कशाला म्हणून भ्यावं? घातल्या गोळ्या तर घालू देत. मेलं म्हणजे कटकट चुकली.''

अण्णा असे वैतागाने बोलला, पण वहिनी भिऊन गेल्या होत्या. आमची जेवणं होताच त्यांनी विचारलं, "मग आपण जाऊ या ना सरकारवाड्यात झोपायला?''

"कशाला? दोघाला तिघं आहोत. झोपू आपल्या घरातच.''

पण रात्र झाली तशी सगळी आळी मोकळी झाली. सतरंज्या, चादरी घेऊन लोक भराभरा सरकारवाड्याकडे गेले. कोणी राहिले नाही. वहिनी सारख्या आतबाहेर करू लागल्या. जसजसे शेजारी जाऊ लागले, तशा पुन:पुन्हा म्हणू लागल्या, "अहो, सीताबाई गेल्या. देशपांड्यांच्या घरची गेली. फडणिसांच्या वाड्यात दिवा नाही दिसत.''

शेवटी अण्णा कंदील उचलून म्हणाला, "चला, जाऊ आपण.''

कंदील घेऊन अण्णा पुढे आणि आम्ही तिघं त्याच्या मागोमाग असे सरकारवाड्याकडे गेलो.

सरकारवाडा म्हणजे संस्थानी मामलेदार कचेरी. हा जुन्या जमान्यातला चोहोबाजूंस बुरूज असलेला भक्कम वाडा गावाच्या मध्यभागी होता. या वाड्यातच पोलीस कचेरी, तुरुंग आणि मामलेदार कचेरी होती. वाड्याला दुसरा मजलाही होता. आम्ही गेलो तेव्हा या सगळ्या वाड्यात दाटीवाटीने गावातील ब्राह्मणांची चाळीस-पंचेचाळीस कुटुंबे बसलेली होती.

अखंडपणे गवगव, हालचाल चालली होती. मुले रडत होती,

बायका चिडत होत्या, म्हातारे कुरकुरत होते. जिथे तिथे पाणी सांडले होते, सांडत होते. लहान मुले वाड्याची जमीन ओली करीत होती. अशा प्रसंगांतही संसाराचा लोभ सुटला नव्हता. आपली घरं सोडून येताना कोणी ट्रंका आणल्या होत्या, कोणी पेट्या आणल्या होत्या. भांड्यांनी भरून पोती आणली होती. कपड्यांची बोचकी आणली होती. ते सामान जवळपास घेऊन रेल्वेस्टेशनाच्या आवारात बसावे तशी माणसे बसलेली होती. भीतीने काळवंडलेली, रडकुंडीस आलेली, असहाय झालेली पंचेचाळीस कुटुंबे एखाद्या काड्याच्या पेटीत मुंग्या भराव्यात तशी वाड्यात भरलेली होती. बायकामुले, म्हातारेकोतारे.

कचेरीतले पट्टेवाले भल्या घरच्या माणसांना चांगली ऐसपैस जागा मिळावी म्हणून गोरगरिबांना दमदाटी करीत होते. अगोदर येऊन जागा धरलेल्या भिक्षुकांच्या बायकांना उठायला लावीत होते. बायकाबायकांतही बोलाचाली होत होती. भांड्याकुंड्यांची पोती बरोबर आणून जागा अडविल्याबद्दल एक दुसरीला टाकून बोलत होती. संवाद होत होते.

"अहो बाई, ही जागा मोकळी करा."

"का रे बाबा? तू का आणखीन?"

"वकिलांची मंडळी इथं झोपणार आहेत."

"आम्ही अगोदर येऊन जागा धरलेली आहे. सहा वाजल्यापासनं आलोय."

"ही काय रेल्वेगाडी आहे काय जागा धरायला? उठा, उठा. का सांगू मामलेदारास्नी?"

"उठा हो बाई. मेहेरबानी म्हणून मामलेदारांनी जागा दिली. नसती दिली तर कुठे गेलो असतो? उठा."

बाई चरफडत उठत होत्या. झोपलेली मुलं-बाळं उचलीत होत्या. ट्रंका-पोती हलवीत होत्या.

"असतील वकील. असतील श्रीमंत. तरी बरं, सगळं जळलं. काही राहिलं नाही."

पाय लागल्यावरून तक्रारी होत होत्या. अडचण झाली म्हणून चिडचीड होत होती.

"आई गं! अहो, डोळे आहेत की नाही? पाय तुटला की माझा."

"गर्दीत चालायचंच हे!"

"हो चालायचंच! उरावर पाय द्या आमच्या!"

"मग थोडी सावरून बैस. बापजाद्याची जागा असल्यासारखी ऐसपैस बसलीय आणि वर तोरा किती!"

"जाऊ द्या बाई, भांडत कुठं बसता?"

संरक्षणासाठी पाच-दहा शिपाई हातात बंदुका घेऊन इथं-तिथं उभे होते. गावातील प्रतिष्ठित मंडळी गंभीर चेहऱ्याने सारखी इकडून तिकडे जात होती.

बहुतेक पुरुष मंडळी वरच्या मजल्यावर होती. वाड्याच्या प्रत्येक बुरुजांवर बंदुका घेऊन शिपाई उभे होते. शिपाई पुरेसे नाहीत म्हणून मिलिटरीत काम केलेल्या पेन्शनवाल्यांना सरकारी हत्यारे देऊन उभे करण्यात आले होते. गावातील चार-दोन हौशी शिकारीसुद्धा आपली दुनळी बंदूक भरून मदतीला आले होते.

मघा गोळीबारामुळे जाळपोळीचे काम अर्धवट सोडून निघून गेलेले लोक अंधाराचा फायदा घेऊन पुन्हा चाल करून येणार होते. अर्धवट राहिलेले काम पुरे करणार होते. पुन्हा जाळपोळ, लुटालूट, मारहाण होणार होती. गोळीबारात मारल्या गेलेल्या माणसाबद्दल बदला घेण्यासाठी लोक पुन्हा येणार होते.

मधूनच हाक उठे, "आले, आले!"

त्यासरशी श्वास रोखले जात. खालच्या मजल्यावर बायका-मुलांची चाललेली गवगव एकदम शांत-शांत होई. भीतीची उंच लाट उसळे आणि या टोकाची त्या टोकाला जाई. बुरुजांवर उभे राहिलेले लोक खांद्यावर बंदुका ठेवून तयार राहत. श्वास जोराने होऊ लागत. कपाळावरून घाम जमे. रडणाऱ्या मुलांच्या तोंडावर आया हात दाबीत. भीतीची लाट डोंगराएवढी होई आणि बघता बघता ओसरून जाई. लोक कुजबुजत, "नाही, नाही. कुणी दुसरेच वाटसरू होते. धोका नाही."

ही बातमी हां-हां म्हणता सर्वांच्या कानावर जाई. आखडलेली माणसे सैल पडत. मुले रडू लागत. बायकांची गडबड पुन्हा चालू होई.

याच गडबडीमध्ये गोपूचे वडील मला भेटले. गेल्या कित्येक वर्षांत मी त्यांना पाहिले नव्हते; पण आज पाहताना त्यांच्यात काही बदल दिसला नाही. नेहमीसारखा, हातमागाच्या कापडाचा मळकट पांढरा सदरा-कोट त्यांच्या अंगात होता. डोईला रुमाल होता. माझ्या कानाशी

लागून हळू आवाजात ते बोलले, ''आमचा सत्तर हजारांचा विषय गेला.''

आणि डोळे मोठे करून 'काय करणार!' अशा अर्थी हातवारे करून गोपूचे वडील माझ्या अंगावरून पुढे गेले. त्यांच्या मागोमाग गोपू होता. त्याला थांबवून मी विचारले, ''काय रे गोपू?''

''काही विचारू नकोस. सोनंनाणं, चांदीची भांडी – सगळं गेलं.''

गोपूच्या घरची बायकामुलेही आली होती. खाली मोठी तांबडी सतरंजी अंथरूण गोपूची आई मुलाला पाजीत बसली होती. आजूबाजूला घरातील मुलेमाणसे होती. चिंतामग्न चेहऱ्याने गोपूही वडिलांच्या मागे फिरू लागला. त्याचे वडील भेटेल त्या माणसाचा समाचार घेत फिरत होते.

बराच वेळ इकडेतिकडे शोधूनही वहिनींना नीटशी जागा मिळेना. जिथे जावे तिथे अगोदर येऊन जागा धरलेली माणसं विरोध करीत. शेवटी यशवंताने गोपूच्या आईपाशी जाऊन जागेची याचना केली. त्यांनी नापसंतीनेच होकार दिला. म्हटले, ''बघा बाई! मुलांना झोपेत लोळायची सवय आहे. लाथा लागतील. तुम्हाला चालत असेल तर झोपा.''

वहिनींची सोय लागली तेव्हा आम्ही वरच्या मजल्यावर गेलो. वर असलेल्या प्रशस्त हॉलमध्ये चिकार माणसे भरलेली होती. बसायलासुद्धा जागा नव्हती. आजूबाजूच्या खोल्यांतूनही माणसे उभी होती. नाना तऱ्हेची बोलणी चालली होती. विषय मात्र एकच होता.

इथे उभे राहा, तिथे उभे राहा, बोलणी ऐक, कुणाला काही विचार असे करीत आम्ही हिंडत राहिलो. असे हिंडताना नेहरू सदरा आणि खादीची टोपी घातलेले तात्या दप्तरदार भेटले. तोंडाळ म्हणून हा माणूस उभ्या गावात प्रसिद्ध होता. पुढाऱ्यांपैकी होता. आमच्या संस्थानच्या राजेसाहेबांना भर सभेत त्याने सांगितले होते की, ''आपण केवळ पत्त्यांतले राजे आहात.'' असा हा वाघासारखा माणूस, पण आता वेड्यासारखा डोळे फिरवीत, हातवारे करीत सरकारवाड्याच्या गच्चीवर फिरत होता. गृहस्थ तोंडासमोर येताच मी म्हटले, ''नमस्कार, तात्यासाहेब.''

तो परकेपणे म्हणाला, ''नमस्कार.''

आणि विचारपूस न करता पुढेच गेला. थोडा गेला आणि पुन्हा परत

फिरला. माझ्या शेजारी उभा राहून म्हणाला, ''काय रे मुला, होतं कसं आणि झालं काय?''

मी बघतच राहिलो.

व्याख्यान देताना एक हात वर करून, बोट उंचावून तात्यासाहेब नेहमी जसे श्रोत्यांना बजावीत तसे आताही करून म्हणाले,

''एक हजार गुळाचा रवा होता. आगीत खाक! पस्तीस पोती गहू, चाळीस पोती ज्वारी, करडी, शेंगा – जळून राख! वाडवडिलांनी बांधलेला पाऊणशे खण वाडा. एक लाख रुपये घातले तरी बांधून नाही होणार आता. सगळं गेलं! नंगा फकीर राहिलोय! काय?''

वाकडी मान करून आणि छातीवर हात ठेवून तात्यासाहेब माझ्याकडे रोखून बघत राहिले. मी यावर काय बोलणार? पण काही बोलावे अशी तात्यासाहेबांची अपेक्षाही नसावी. ते वळले आणि दुसरीकडे निघून गेले. माझ्या शेजारी उभा असलेला एक शाळकरी मुलगा म्हणाला, ''त्यांचं फार नुकसान झालंय. डोकं फिरल्यासारखं करतात.''

खाकी चड्डी आणि तिरकी टोपी घातलेल्या या मुलाला आपल्याला ठाऊक असलेली सगळी हकिकत सांगायची घाई झालेली होती. मी नुकताच परगावहून आलो आहे, हे कळताच एका बाजूला होऊन त्याने सगळी हकिकत सांगितली. घरे जाळणारे लोक परगावचे आणि अनोळखी होते. माझे खेडे जाळून ते नांदवडीकडे आले. गावच्या ओढ्यापलीकडे थांबून राहिले. नांदवडी हे तालुक्याचे गाव. तिथे सरकारी कचेऱ्या आहेत, ब्राह्मणांची फार मोठी वस्ती आहे म्हणून काही लोक कचरत होते. उलट काही धाडसी लोक त्यांच्या भित्रेपणाची निर्भर्त्सना करून चिथावणी देत होते. बराच विचार झाला. सर्वानुमते असे ठरले की, चार माणसांनी पुढे जावे, स्थानिक कार्यकर्त्यांच्या गाठीभेटी घ्याव्यात आणि त्यांच्या मदतीने कार्य करावे.

ठरल्याप्रमाणे चार लोक गावात आले. गावच्या कार्यकर्त्यांना भेटले. कार्यकर्त्यांनी त्यांचे उत्साहाने स्वागत केले. मग ओढ्यापलीकडे थांबून राहिलेला शे-दीडशे माणसांचा जमाव धावत गावात शिरला. गावातले उत्साही लोक त्या जमावात मिसळले. ब्राह्मणांची घरे परगावच्या लोकांना दाखविली आणि जाळपोळ सुरू झाली. सुरुवातीला निवडक निवडक अशा मोठ्या वाड्यांवर जमाव चालून गेला. घरातल्या कर्त्या पुरुषाला,

बायकामुलांना त्यांनी बाहेर व्हायला सांगितले. जमाव वाड्यात घुसला. लवकर पेटणाऱ्या वस्तू गोळा करून त्याचे ढीग दालनादालनांतून घातले गेले. रॉकेल तेलाचे डबे ओतून होळ्या पेटविण्यात आल्या. बघता-बघता घरे पेटली. गांधींचा, भारतमातेचा जयजयकार झाला.

तालुक्याचे ब्राह्मण मामलेदार, जज्जसाहेब घाबरून पळून गेले. लोकांना त्यांचा शोध लागला नाही. अधिकाऱ्याचा हुकूम नसल्यामुळे फौजदारांना, पोलिसांना काही करता येईना. ते नुसते हवालदिल होऊन बघत राहिले आणि तासा-दोन तासांत गावातील तीस-पस्तीस घरे पेटली.

पंचवाघ नावाच्या कोणा एका धीट मुलाने जाळपोळीत भाग घेणाऱ्या माणसांपैकी आपल्याच वयाच्या मुलाला घरात शिरताच पकडले. पाच-सहा मुलांना मिळून त्या जवान पोराला फरफटत सरकारी वाड्यात आणले. शिंदे फौजदारांच्या पुढे उभे केले.

गावातल्या गोंधळामुळे, वरचेवर येऊन ब्राह्मण लोकांनी केलेल्या निर्भर्त्सनेमुळे फौजदारसाहेब फार चिडले होते. पकडून आणलेल्या पोरापुढे ते ओरडले, "कुठला रे भडव्या तू?"

डोईला फेटा, ओठावर मिसरूड, गळ्यात काळ्या गोफात ओवलेली पेटी आणि अंगावर शेतकऱ्याचा वेश असलेले ते रगेल पोरगे उर्मटपणाने म्हणाले, "सोनापूरचा!"

"इथं कशाला आलास मरायला?"

"आमच्या गावची लोकं आली म्हणून मी बी आलो."

फौजदारापुढे उभा करूनही पोराच्या चेहऱ्यावर भीतीचा लवलेश नव्हता. आपण काही गुन्हा केला आहे असे त्याला वाटतच नव्हते. फौजदाराने रागाने विचारले, "किती लुटालूट केलीस? काय-काय चोरलंस ते काढ बाहेर."

पोरगा बघतच उभा राहिला. एका शिपायाने त्याच्या खिशाला हात घातला, तसे पोराने उलट धक्का देऊन म्हटले, "अंगाला हात लावायचं काम नाही."

मग चिडलेल्या फौजदारांनी पोराच्या पोटात लाथ घातली. पोरगे खाली बसले. दुसऱ्या लाथेने फौजदाराने त्याचा पटका उडविला. रागाने ते थरथर कापू लागले आणि एकाएकी कमरेचे रिव्हॉल्वर काढून

त्यांनी ठोऽऽ ठोऽऽ ठोऽऽ गोळ्या घातल्या. रक्ताच्या थारोळ्यात पोरगे मरून पडले.

गोळीबार ऐकला. "मारला, मारला, पोरगा मारला," ही ओरड ऐकली आणि लुटालूट करणारी माणसे हातचे काम सोडून घाबरल्या चेहऱ्याने इकडेतिकडे पाहू लागली. गल्लीबोळांतून पळू लागली. त्यांच्यापैकी जे पुढारी होते, त्यांनी शिट्ट्या वाजवून लोक एकत्र केले, गाव सोडा असे ओरडून सांगितले. गांधींच्या नावाचा जयघोष केला. पळता-पळता 'खून के बदले खून!' अशी घोषणा केली आणि मग एखाद्या वावटळीसारखी ती झुंड निघून गेली. जाताना जे-जे हाताला लागेल, ते-ते घेऊन नाहीशी झाली.

मी ही हकिकत ऐकत होतो, एवढ्यात पुन्हा एकदा "आले, आले!" अशी ओरड झाली. बोलणेचालणे बंद झाले. शिपाई तयार राहिले आणि पंधरा मिनिटांनी पुन्हा बातमी पसरली, "घाबरू नका. लोक आलेले नाहीत."

वीस वर्षे खादी वापरीत असलेले गावातले पुढारी म्हणून प्रसिद्ध असलेले एकनाथ साळी मोठमोठ्याने म्हणू लागले, "उगीच काहीतरी कल्पना आहे तुमची! ते कशाचे येतात आता? अहो, यायला छाती नको का? निष्कारण माणसांना जागवायचं म्हणजे काय? झोपा स्वस्थ तुम्ही."

मला हकिकत सांगणारा तो मुलगा माझ्या कानाशी लागून म्हणाला, "खरं तर याच माणसानं गावाबाहेर जाऊन जाळपोळ करणाऱ्यांना बोलावून आणलं बरं का आणि आता बघा कसा सांगतोय...."

नांदवडीत पुढारी फार होते. हे पुढाऱ्यांचेच गाव होते. दारूच्या गुत्त्यांचा दरवर्षी मक्ता घेणारे हशीमभाई पुढारीच होते. दारूत पाणी मिसळून विकल्यामुळे त्यांना दोन वेळच्या जेवणाची काळजी नव्हती. पुढारीपण हा त्यांचा साइड बिझनेस होता. कोणीही काहीही म्हटले की, त्याला आडवे लावायचे आणि मोठमोठ्याने भांडायचे एवढेच त्यांना ठाऊक होते. हे हशीमभाईसुद्धा पोट काढून घाईघाईने इकडेतिकडे फिरत होते. खासगी आवाजात बजावत होते, "गाफील राहू नका. लोक आल्याशिवाय राहणार नाहीत आणि हातात हत्यार असू द्या. काठी, लाठी, निदानचे धोंडे घ्या."

आणखी एक मर्द पुढारी पाटीलबाबा, धोतराचा फरारा सोडून, हातात दुनळी बंदूक घेऊन हिंडत होते आणि छाती काढून म्हणत होते, "डिफेन्स देण्याची अशी काही तयारी केलीय की, एक हजार माणूस चालून आलं तरी वाड्याचा चिरा नाही हलणार. अहो, मी सेवानिवृत्त लष्करी गडी आहे."

नांदवडीतील ब्राह्मण मंडळींपैकी अनेक त्या गर्दीत दिसत होते. भीतीने काळे झालेले चेहरे घेऊन हवालदिलपणे सगळे वाड्यात जमले होते. कोणी हाताची घडी घालून उगीच उभा होता, कोणी गर्दीतून बाजूला सरून आपल्या एकट्याच्याच काळजीचे गाठोडे उराशी घेऊन गप्प बसला होता. काहीजण खिशात हात घालून फिरत होते. ओळखीच्या चेहऱ्याकडे अनोळखीपणे पाहून पुढे सरत होते.

हातात उंच काठी घेतलेला खंडुबुवा रामदासी माझ्याकडे पाहून न पाहिल्यासारखा पुढे जाऊ लागला. मला वाटलं, ओळखलं नसेल. कदाचित मी बरोबरीचा नाही म्हणून पुढे गेला असेल.

मीच आपणहून विचारलं, "काय खंडुबुवा?"

खंडुबुवा वळले. माझ्याकडे अनोळखीपणे बघत म्हणाले, "काही शाश्वती राहिली नाही जीविताची."

सहा फूट उंचीच्या ताठ खंडुबुवाने डावा हात उडविला. एवढा ताडमाड पुरुष वाकल्यासारखा दिसत होता.

"मी गरीब भिक्षुक. माझं घर जाळलं, सामानसुमान लुटलं. काही राहिलं नाही.

समर्थांनी म्हटलंय –

'बरे ऐसा प्रसंग झाला। झाला तो होऊन गेला।
आता तरी ब्राह्मणी आपणाला। शहाणे करावे।।'

– काय?"

"खरं आहे."

मला एकाएकी आठवण झाली.

"का हो, रंगभटचं काय?"

"जळलं, कुण्णाचं राहिलं नाही."

माझ्या मनात आलं, आत्ता रंगभट सत्यनारायणाची दक्षिणा आणि शिध्याच्या पुरचुंड्या उपरण्यात बांधून झोपले असतील कुरवंडीला

यजमानांच्या सोप्यावर. बापड्याला इकडे काय झालं आहे, याची कल्पनासुद्धा नसेल.

पुन्हा एकवार 'आले-आले'ची हाकाटी आली. पण आता माणसे थोडी निर्भय झाली होती. कोणी धावपळ केली नाही. रडणाऱ्या मुलांच्या तोंडांवर आयांनी हात दाबले नाहीत. कंदील बारीक केले नाहीत. उलट लोक बुरुजाच्या भिंतीवर जाऊन खाली डोकावून पाहू लागले.

रात्रीचे साडेचार वाजले, गार वारा सुटला, तेव्हा एक-एक जण जागा मिळेल तिथे मुरगाळून पडू लागला. हातपाय पोटाशी घेऊन माणसे इथेतिथे झोपी गेली. आडवी-तिडवी, पालथी, उताणी. घोरण्याचे, चावळल्याचे, ओरडत उठल्याचे आवाज येऊ लागले. माणसांच्या दमट श्वासांनी वाड्याच्या खोल्या भरून गेल्या.

जरीची पातळे, मुकटे, चांदीची भांडी, दागिने असला ऐवज आत असलेल्या ट्रंका सांभाळता-सांभाळता बायकांनी डुलक्या काढल्या. लहान मुले आईला पिता-पिता झोपी गेली. अवघडलेली बायकामुले कशीही झोपली. गुडघ्यात मान घालून, भांड्यांच्या पोत्याला टेकून, ट्रंकेवर बसल्या बसल्याच कोणाकोणाला झोपा लागल्या. मधूनच मुले किंचाळत. बसल्या बसल्याच झोप लागलेली एखादी बाई दचकून उठे. गळलेला पदर सावरून, विस्फारल्या डोळ्यांनी इकडेतिकडे बघे. ट्रंक, पोते जागी आहे का, याची खात्री करून घेई आणि मग शून्य दृष्टीने कुठेतरी बघत मुलाला अंगावर पाजीत राही. एखादी झोप न लागलेली म्हातारी करुणपणे 'श्रीराम, श्रीराम!' म्हणे. झोपेतच मुले उलथीपालथी होत. तरुण मुलीच्या अंगावरचे वस्त्र ढळलेले बघून प्रौढ बाई ते नीट करी आणि स्वतःशीच पुटपुटे, "कशी ही झोप! अंगावरच्या वस्त्राचीसुद्धा शुद्ध नाही. कमळे, नीट झोप एका अंगावर!''

जमिनीला पाठ लागेपर्यंत दिवस उजाडला. सामानाची आवराआवर, ओरडा, गोंधळ सुरू झाला. पोती, ट्रंका डोक्यावर घेऊन पुरुषमाणसे पुन्हा घराकडे परतू लागली. काखोटीला बोचकी आणि मुले घेऊन बायका बाहेर पडल्या. मी, यशवंता, अण्णा, वहिनी घराकडे निघालो.

रात्री घराकडून वाड्याकडे आलो तेव्हा अंधारामुळे नीट दिसले

नव्हते. पण आता ब्राह्मणआळीतून जाताना काल झालेला विध्वंस दिसत होता. पेटविलेली घरे अजून धुमसतच होती.

काल अण्णा-वहिनींचा शोध करीत आम्ही ब्राह्मणआळी पाहिली ती यशवंताच्या घरापासून खाली. सरकारवाडा गावच्या मध्यावर होता. आम्ही आता वरच्या आळीने जात होतो. बाजारपेठेतून थोडेसे चालत गेलो आणि कोपऱ्यावर असलेला सावकार दर्भ्यांचा प्रचंड वाडा दिसला. दर्शनी असलेला मोठा दरवाजा जळून, उंबऱ्यांत राखेचा ढीग जमला होता. मोकळ्या दरवाजातून आतला चौक, सोपा, स्वयंपाकघर, सगळे दिसत होते. तुळया कोसळल्या होत्या. खांब पडले होते. रंगरंगोटी केलेल्या, रामायणातील प्रसंगांची चित्रे रंगविलेल्या भिंती धुरकटून काळ्या पडल्या होत्या. खांबाखालचे तळखडे उलले होते.

उजवीकडे वळून गेल्यावर दादाराव देशपांड्यांचा वाडा अद्याप धुमसत असलेला दिसला. मुलाबाळांसहित सर्व माणसं वाड्याच्या चौकात असलेल्या विहिरीतून पाणी उपसून जळत्या भागावर मारीत होती. स्वतः दादाराव उघडेवाघडे होऊन रहाटाने पाणी शेंदत होते.

त्यापलीकडे विष्णुपंत वकील जळून गेलेल्या घरात काही शोधत हिंडत होते.

अण्णाने विचारले, ''काय बघताय वकीलसाहेब?''

अंगात आखूड दंडके असलेले बोडके वकीलसाहेब म्हणाले, ''खिळे आहेत काही न वितळता राहिलेले, ते गोळा करतो. उपयोगी येतील.''

या विष्णुपंतांचे वडील वकिली करीत होते. ते मरून गेले. मुलाला वकिली कशाशी खातात हे माहीत नव्हते. पण सगळा गाव त्यांना वकील म्हणून हाक मारी. विष्णुपंतांनी लग्न न करता, कुरवाडी अंगवस्त्र ठेवले होते आणि तिचाच वेलविस्तार वाढला होता. गावातील ब्राह्मणवर्गाने या घराला आपल्यातून बाजूला टाकले होते.

शेजारच्या घरात कानडे मोजणीदार भाड्याने राहत होते. हे घर गावातील एका वाण्याच्या मालकीचे होते, पण लोकांनी तेही जाळून टाकले होते. अगोदरच सात मुलांचा बाप असलेले नोकरदार कानडे हलाखीच्या प्रपंचाने बेजार झाले होते. त्यात हे संकट! दोन्ही हात कमरेवर ठेवून जळलेल्या प्रपंचाकडे बघत ते हताशपणे अंगणात उभे होते. घरमालक कालच त्यांना बजावून गेला होता की, तुम्ही राहिल्यामुळे

माझे नुकसान झाले आहे, ते भरून द्यावे लागेल. माझे घर बांधून द्यावे लागेल.

आम्ही घरात आलो. अण्णा म्हणाला, ''आजही गुप्ते रावसाहेबांना तसदी दिली पाहिजे. पोरांनो, तुम्ही ओढ्यावर जाऊन अंघोळी करून या. तोवर मी जेवण घेऊन येतो.''

मी म्हणालो, ''अण्णा, मी राहत नाही. जातो चोपडीला.''

''छे, छे, मी नाही तुला जाऊ देणार. वाटेनं जाताना कोणी गाठून मारलं म्हणजे काय करू? दोन दिवस जाऊ नकोस.''

''कसा राहू? तिकडे घरी काय झालंय कोण जाणे. काही बातमीही कळत नाही.''

''अरे, आता काळजी करून काय करणार? जे चारजणांचं झालं, तेच आपलंही झालं म्हणायचं आणि आल्या प्रसंगाला तोंड द्यायचं झालं. वातावरण थोडं निवळू दे. मग जा.''

उघड्या डोक्याला लंगोटा गुंडाळून आम्ही घरापुढची उतरण उतरलो. ओढ्यात थोडे वर गेलो आणि वाहत्या धारेत डुंबू लागलो. यशवंता म्हणाला, ''पैसाअडका काही कोणाचा गेला नाही.''

''ते कशावरनं?''

''मला समजलं रात्री. घरं जाळायला लोक येणार ही बातमी आगाऊच कळली होती बऱ्याच जणांना.''

''असं का?''

''दर्भे सावकारांनी आपला पैसाअडका सगळा मामलेदार कचेरीत नेऊन ठेवला होता. दादाराव देशपांड्यांनी परवा रात्रीच आपलं सगळं सोनंनाणं गाडीत भरून मळ्यात नेलं आणि पुरून ठेवलं. या मोठमोठ्या वाड्यांतले आड आज जरी तपासले तर प्रत्येक आडात चांदीची भांडी आणि दागिन्यांचे डबे सापडतील.''

''आडात?''

''हो, लोक आले-आले म्हणताना ज्यांना अगोदर माहीत नव्हतं त्या लोकांनी आपल्या जवळची चीजवस्तू आडात टाकून दिली. लोकांनी घरं लुटली आणि पेटविली. आडात कोण कशाला बघतंय?''

"गोपूचे वडील मला काल म्हणाले, सत्तर हजारांचा विषय गेला."

"त्यांचा तर एक पैसाही गेला नाही. घरं जाळायला आलेल्या परगावच्या लोकांत त्यांचे पक्षकार पुष्कळ होते. लोक जमून आले, तेव्हा हात जोडून तो म्हणाला, 'घर जाळू नका, लुटा हवंतर!' आणि लोक लुटायला लागले तेव्हा शे-दोनशे रुपयांची मोड असलेला डबा, कपाटातून काढून यानं आपणहून एका माणसाच्या हातात दिला. घबाड मिळालं म्हणून डबा न उघडता एकमेकांशी भांडत लोक निघून गेले आणि यांचं सगळं शिल्लक राहिलं. त्याच्या आडात उतरून बघ, चांदीच्या भांड्यांनी आणि सोन्यानाण्यानं पेव भरल्यासारखा आड भरलेला असेल."

"ही गोष्ट आपल्या अण्णाला कशी सुचली नाही? का त्यानंही टाकलंय आडात काही?"

"छे! एवढं सुचायला अक्कल पाहिजे आणि बोंबलायला घरात होतं काय, आडात टाकून वाचवण्यासारखं?"

"आमच्या घरी काय गोंधळ झालाय कुणास ठाऊक! माझी मोठी पंचाईत झालीय. सगळे जण भीती घालतात जाऊ नको म्हणून आणि मला वाटतं की, चार मैलांवर येऊन घरी जाता येत नाही. मी आपला शरीरानं इथं आहे. माझं मन घराकडे आहे."

अंघोळ करून आम्ही कपडे धुतले आणि उन्हातून तळत माघारी येऊ लागलो. खालच्या धारेला कोष्ट्यांची काही पोरं अंघोळ करीत होती. त्यातील एक पोर आम्हाला पाहून म्हणाले, "बामनांची भली खोड मोडली."

मला राग आला.

"का, बरं वाटतं होय बघून?"

पोरे खो-खो हसली. ते पोर पाण्यात चुळा थुंकीत म्हणाले, "गप जा की वाटेनं."

दातओठ खाऊन आणि मुठी वळून मी अंगावर गेलो.

लंगोट लावलेली कोष्ट्यांची पोरं धारेत उभी राहून म्हणाली, "अंगाला हात तरी लाव. वाळूतच पुरतो तुला."

यशवंता धावत आला. मला मागे ढकलून म्हणाला, "चल मुकाट्यानं. ही वेळ नाही."

ओढाळ खोंडाला दणके घालीत घराकडे आणावे, तसे यशवंताने

मला घराकडे आणले. माझा राग निवायला फार वेळ लागला.

अण्णा म्हणाला, ''आत्ता आपल्या लोकांनी तोंडाला कुलूप घालून वागलं पाहिजे. कोणी वरून धोपाट्या जरी घातल्या तरी हूं-का-चूं करायचं नाही. अरे म्हटलं की कारे म्हणायचे दिवस गेले. हितनं पुढे आपण लोकांनी फार भिऊन वागलं पाहिजे.''

मला वाटलं, सगळी चूक आपलीच आहे.

हळूहळू एक-एक गोष्ट कळू लागली. लोक बोलू लागले. आम्हाला माहीत नसलेली हकिकत कळू लागली.

घरे जाळण्यासाठी लोक येणार ही कुणकुण लागताच गावातील काही प्रतिष्ठित मंडळी हुशार झाली होती. त्वरा करून त्यांनी गावातील डॉक्टरांची जीपगाडी काढली आणि साठ मैलांवर असलेलं राजधानीचं गाव गाठलं. कल्पना ही की, प्रत्यक्ष जाऊन खरी परिस्थिती अधिकाऱ्यांना सांगावी. हत्यारबंद पोलीस पार्टी घेऊनच गावी परतावे. अशाने गावात शांतता ठेवता येईल. होणारी नुकसानी टाळता येईल. पण संस्थानांत सगळीकडेच हा गोंधळ सुरू झाल्यामुळे अधिकारी गडबडले होते. राजेसाहेबांनी होती तेवढी पोलीसदले ठिकठिकाणी पाठवून दिली. वार्षिक तीन लक्ष उत्पन्न असलेले संस्थान ते केवढे आणि त्यांचे पोलीसदल ते किती! बंदोबस्त अपुरा पडला होता.

नांदवडीहून आलेल्या लोकांचं म्हणणं राजेसाहेबांनी ऐकून घेतलं. जिल्ह्याच्या कलेक्टरना लगेच तार केली. नांदवडीची प्रतिष्ठित मंडळी टाकोटाक माघारी फिरली. पण ती गावात येऊन पोहोचण्याच्या अगोदरच घडायचे ते घडून गेले होते.

तिसऱ्या दिवशी संध्याकाळी जिल्ह्यातले पोलीस आले. कर्फ्यू ऑर्डर झाली. सूड घेण्यासाठी लोक परत येतील ही भीती उरली नाही. शांतता व सुव्यवस्था प्रस्थापित झाली.

लोक म्हणू लागले की, 'हेच जर थोडं अगोदर झालं असतं, तर केवढं नुकसान टळलं असतं!'

पण झालं त्याला काही इलाज नव्हता. मग लोकांनी जळक्या घरातच भिंतीवर पेंढ्या अंथरूण ताडपत्री लावून निवारे केले. राख

झाडून काढली. जळक्या सामानसुमानाचे ढीग कोपऱ्यातून घातले. उरले-सुरलेले सामान नीट शिस्तवार लावले. पुन्हा संसार सुरू झाले. सकाळी उठून बायका सडारांगोळी करू लागल्या. पुरुष देवपूजा करू लागले. मुलंबाळं रामरक्षा म्हणू लागली. कर्दळीच्या पानाभोवती चित्राहुती घालून लोक भाजीभाकरी खाऊ लागले.

हे सुरू झाले याचा अर्थ असा नव्हे की, लोक सगळे विसरले. सगळी घडी पुन्हा व्यवस्थित बसली. बोहारणीला जुनेपाने कपडे देऊन, जुन्या भांड्यांची मोड कासाराला देऊन हौसेने भांडीकुंडी जमविली. चहाचे भांडे घ्यायचे, पितळेचा बंब घ्यायचा म्हणून चार-चार वर्षे घोकलेले; असा संसार उधळला गेला तो पुन्हा उभा करणे कसे आणि केव्हा जमायचे! कवडीकवडी जमवून स्वत: चिखलात हात भरवून बांधलेली चार-आठ खणी घरे पुन्हा केव्हा उभी करणार? पूर्वजांनी बांधलेले शंभर-शंभर खणी वाडे आता पुन्हा कसे बांधणार? त्यांची राख झाली ती झाली. संसार उधळले ते उधळले. आज लहान असलेली मुले पुढे जर कर्तृत्वाला आली आणि त्यांनी शहरे न वेंघता मनावर घेऊन केले तरच या जागेवर इमले दिसायचे. एरवी आता आहेत या लोकांच्या हातून काही होणे केवळ दुरापास्त. हे लोक फार झाले तर चार पत्रे वर टाकून सावली करतील. भांड्यांच्या जागी मडकी आणून चूल सुरू करतील. यापेक्षा जास्त काही करण्याची उभारी आणि परिस्थितीही नाही.

काही जणांपाशी अंगावरील वस्त्रांखेरीज काहीही राहिलेले नव्हते. कुणाकडे परगावी जावे तर सर्व नातेवाइकांकडून पत्रे आलेली की, 'आमच्याकडेही जाळपोळ झाली, अमुक नुकसान झाले. काळ मोठा कठीण आहे. आपण जपून असावे. खुशाली कळवीत जावी.' कुणाकडे जावे? पुण्या-मुंबईकडे पोरे उद्योगाला लागली होती, पण त्यांच्या छापील संसारात या धबडग्याला वाव कुठे होता? हातपाय चालत असताना 'आता आम्हाला सांभाळा!' म्हणून दुसऱ्यावर काय म्हणून भार घालावा? असा विचार करून लोक होते त्या जागीच राहिले. दहाजणांचे होईल तेच आपलेही होईल असे म्हणून गप्प राहिले. अगदीच ज्यांना जागा राहिल्या नव्हत्या त्यांनी देवळे शोधली. देवळाच्या आवारात तीन दगडांची चूल मांडून लोक यात्रेकरूंसारखे राहू लागले.

चुलीच्या धुराने देवळे काळवंडली. अंघोळीच्या सांडपाण्याने देवळांची अंगणे राड झाली.

शहरात नोकरी करणारी जी भली मुले होती ती कामेधामे सोडून धावत आली. वनवासी झालेल्या आपल्या आईबापांना, भावंडांना घेऊन पुण्या-मुंबईला गेली. त्यांच्या दोन खोल्यांतल्या संसारातच आणखी चार माणसं आली. अडचण सोसून एकत्र प्रपंच सुरू झाला.

नांदवडीला येऊन मला तीन दिवस होऊन गेले. माझे गाव अवघे चार-पाच मैलांवर आणि तरीही मला घराकडे जाता आले नव्हते. घर जळले एवढे कळले होते, पण माझी माणसे आता कुठे राहत असतील, काय करीत असतील या विचाराने मी बेचैन होत होतो. अण्णा अद्यापही मला सोडायला तयार नव्हता. चिडलेले लोक वाटेत भेटले, तर हे लहान पोरगे काय करेल? माथे भडकलेले लोक कदाचित याला मारहाण करतील. प्रसंगी सूड म्हणून प्राणही घेतील. मग कुठे बघावे? मी आणखी चार दिवस नांदवडीसच राहावे, शनिवारच्या बाजारासाठी गावाकडची माणसे आली म्हणजे त्यांच्या सोबतीने गावास जावे असे त्याचे मत होते. मला एक-एक दिवस वर्षासारखा वाटत होता. केव्हा एकदा आपली माणसे बघतो, असे होऊन गेले होते. चौथ्या दिवशी सकाळी उठल्याउठल्या, अण्णा-वहिनी अद्याप अंथरुणात आहेत तोपर्यंतच मी पिशवी उचलली आणि पायात चप्पल सरकवून बाहेर पडलो. यशवंता जागा होता. तो अंगावर चादरीची भाळ मारून तसाच बाहेर आला. मग मला सांगणे भाग पडले, ''यशवंता, गड्या, मी जातो गावाकडं.''

''अण्णाला सांगून जा.''

''नको, नको. तो नाही मला सोडायचा. वाटेत कुणी भेटणार नाही, काही नाही. आत्ता पोहोचेन दीड-दोन तासांत.''

''मला विचारले अण्णा-वहिनींनी तर काय सांगू?''

''सांग, मला न सांगता गेला म्हणून.''

रस्त्यावरील म्युनिसिपालिटीचे कंदील विझून गेले होते. रस्ता निर्मनुष्य होता. दिशा उजळत होत्या. गावडुकरे जागी होऊन घरांच्या पाठभिंती

कडेकडेने हिंडत होती. पायाखालची वाट दिसण्यापुरता उजेड झाला होता. हळू आवाजात बोलले तरी ते मोठे वाटत होते. मी म्हणालो, ''तू फीर माघारी. कशाला येतोस?''

''वेशीतल्या मारुतीपर्यंत येतो.''

मग काय बोलावे हे दोघांनाही सुचेना. यशवंताच्या पायात वहाणा नव्हत्या. अंगात अंगरखाही नव्हता. कमरेला आखूड चड्डी आणि अंगाभोवती लपेटून घेतलेली चादर अशा वेषातच तो माझ्या शेजारून चालत होता. त्याने विचारलं, ''तू आता पुन्हा येणार कधी?''

''बघू आता. तिकडं काय झालंय त्याच्यावर आहे सगळं.''

''मी महिनाभराची रजा घेणार. अण्णाला आणि वहिनींना पंढरपुरी नानाकडं पोहोचतं करणार. इथं काही राहणं शक्य नाही आता. बरं, पुण्याला न्यावं म्हटलं तरी पंचाईत आहे. माझी खोली आहे; पण भांड्याकुंड्यांचा, कपड्यालत्त्यांचा प्रश्न येणारच.''

''आम्ही कुठं जाणार? फार मोठा खटला! जमीनजुमला, गुरंढोरं.''

''पण मला वाटतंय, इथे राहण्यात आता काही चव नाही. आज घरंदारं जाळली. उद्या कुळांनी शेतीवरून हाकललं तर काय घ्या? मूठभर लोक काय करणार?''

''होय, पण मग करायचं काय?''

''आपली शेतीवाडी विकून टाकावी. घरं लोकांनी जाळलेली आहेतच. सरळ शहरगावी जावं.''

''आपण म्हणतोय; जुन्या माणसांना पटायचं नाही. ते म्हणणार, आमची माती इथेच पडली पाहिजे. शिवाय शहरी वातावरणात त्यांना गमायचं नाही.''

''त्यांचंही खरं आहे. इथं मुळं आहेत. ती उपटून दुसऱ्या जागी कशी जगणार? पण आता इकडं राहणं धोक्याचं आहे. केव्हा काय होईल याचा नेम नाही.''

''खरं सांगायचं म्हटलं म्हणजे ही चूक आपल्या लोकांचीच. सावसावकाऱ्या करायच्या, कुळं सारा घेऊन आली म्हणजे बाहेर वापरायच्या तपेलीनं त्यांना पाणी द्यायचं. शिवाशीव, सोवळंओवळं पाळायचं. हे सगळं भोवलं आता.''

''मला नाही हे पटत. मराठे काय महारामांगांशी मिळून मिसळून

वागतात? ओंजळीनंच पाणी वाढतात त्यांना. शिवीशिवाय बोलत नाहीत कधी त्यांच्याशी. मग आम्हालाच का दोष? हा, आम्ही असं वागू नये ही गोष्ट खरी; पण आता राहिलंय का ते? आपलंच उदाहरण घे. काय पाळतोय आपण? इराण्याच्यात खातोय. गळ्यात जानवं नाही, डोक्यावर शेंडी नाही.''

''पण वाडवडील वागले. त्याचा राग या निमित्तानं निघाला.''

''म्हणजे हे 'तुझ्या बापानं पाणी गढुळलं होतं म्हणून तुला खातो', असं झालं. अरे, आम्ही कुठं म्हणतोय, आम्हाला ब्राह्मण म्हणा? मी तर म्हणतो की, ख्रिश्चन करून घेतात तसं आम्हाला मराठा करून घ्या. काय फी असेल ती भरू आम्ही.''

बोलण्याच्या आवेगात यशवंताचा आवाज वाढला तेव्हा हळू बोल अशी आठवण करून द्यावी लागली. आजूबाजूला बघून तो गप्प झाला. पोलीस हटकतील म्हणून मुख्य रस्त्याने न जाता गल्लीबोळातून महारवाड्यात आलो. ओढा लागला. आता याच्यापलीकडे माझी वाटच होती.

मी म्हणालो, ''बोलण्याच्या नादात लांब आलास. फीर आता माघारी.''

माझा हात हातात घेऊन यशवंता म्हणाला, ''पुण्याला जाण्याअगोदर मला भेटल्याशिवाय राहू नकोस. सवड झाली तर येईन तुझ्याकडे दोन दिवसांत. तुझ्या आईला फार बघावं वाटतंय.''

''ये, भेटल्याशिवाय मी जाणार नाही.''

''बराय, मग जा.''

यशवंता माघारी फिरला. वहाणा हातात काढून घेऊन मी ओढ्याची धार पार केली. पलीकडच्या काठावर जाऊन चूळ भरली. पाय उचलले.

चोपडी

नांदवडीची हद्द संपली तसा चालण्याचा वेग वाढवून मी हळूहळू पळू लागलो. वरचेवर मागे वळून बघत आजूबाजूला दृष्टी टाकत मी आपला रस्त्याने चालण्याऐवजी पळतच राहिलो. दिवस उगवला होता. कोवळी उन्हे रानावर पडली होती. थंड, सुगंधित हवा सुटली होती. पाखरे पिकांवर पडू लागली होती. वाड्यावस्त्यांवरचे लोक जागे होऊन गुरांमागे हिंडू लागले होते. अद्याप वाटेवर कुठेही बैलगाडी किंवा घोडा दिसत नव्हता. दम घेण्यासाठी अधूनमधून थांबत मी आपला झपाट्याने वाट ओसरीत होतो.

पळतापळताच पाच वर्षांपूर्वी वडील दम्याच्या विकाराने आजारी पडले, त्या वेळची आठवण झाली. त्या वेळीही मी असाच घाबरून गेलो होतो. औषधपाण्यासाठी दिवसातून दोन खेपा नांदवडीला घालत होतो. आबांना जास्ती झाले तेव्हा हातात रिकामी बाटली घेऊन या रस्त्याने मी असाच नांदवडीकडे धावत होतो आणि आपले वडील मरून गेले म्हणजे काय होईल या विचाराने माझ्या डोळ्यांतून पाण्याच्या धारा येत होत्या. रडतरडत या वाटेने मी असा पंधरा दिवस जात-येत होतो. लांडग्याच्या भीतीने वरचेवर मागे बघत, उन्हाने धापा टाकत पळत होतो.

गावची झाडी दिसू लागली तेव्हा पळायचे सोडून मी चालू लागलो. गावात जाऊन आपल्या घरासमोर उभे राहता क्षणीच काय दृश्य दिसेल याविषयी आता माझ्या मनात विचार येत नव्हता. शिवघाट ते नांदवडी

या प्रवासात आणि प्रत्यक्ष नांदवडीत पाहिलेल्या देखाव्यामुळे असेल कदाचित!

वाट वळली. डाव्या बाजूस असलेला गावओढा दिसला. मग गावाच्या अलीकडे असलेली जुनी बारव गेली. रामोशाचा खंडोबा गेला. वेशीतल्या पिंपरणीच्या झाडाखालून मी पुढे सरलो. आता डाव्या हातची ही दोन कासाराची घरे ओलांडली की, रस्त्याकडेला तोंड करून असलेले घर आलेच.

एवढ्यात म्हातारी सावू कारंडी समोरून आली. जवळ येऊन तिने माझ्या गालावरून हात फिरवून अलाबला घेतली आणि डोळ्यांत पाणी आणून ती बोलली, "आलास? बरं झालं. पाटलाच्या वाड्यात हायेत बघ तुझी मानसं."

आणि याउप्पर जास्ती काही न सांगता तोंडावरून पदर ओढून म्हातारी सावू पुढे गेली. मी पाच-पंचवीस पावले चाललो आणि आमचे घर दिसले. माझ्या काळजातून कळ उठली.

तिथे कुणीही नव्हते. आमच्या घराच्या फक्त भिंती उभ्या होत्या. बाकी सर्व जळून गेले होते. अंगणात असलेला निंब हाय लागून करपून गेला होता. जळक्या फांद्यांचा खराटा तेवढा उभा होता. आभाळाच्या दिशेने कोणी आपले हातच वर केले आहेत असे वाटत होते. नवा सोपा, माजघर, स्वयंपाकघर सगळे जळून गेले होते. राखेचे, कोळशाचे ढीग पडले होते. ज्या घरात माझा जन्म झाला, बाळपण गेले ते हे आमचे आजोबांनी बांधलेले घर जळून गेले होते. उजाड, भकास दिसत होते. दरवाजात उभे राहूनच मी एकटक घराकडे पाहिले. आत जाऊन फिरण्याचे धारिष्ट झाले नाही. मग मी घराचा कोपरा ओलांडून डाव्या बाजूच्या दगडी भिंतीच्या कडेकडेने चालत पाटलाच्या वाड्याकडे जाऊ लागलो. वाटेत कोणी भेटले नाही. मीही आजूबाजूला पाहिले नाही. बोळ पार केला आणि पाटलाच्या दरवाजातून आत शिरलो.

अंगणात कोंबड्या हिंडत होत्या. कुत्र्याची पिलं खेळत होती. समोरच्या सोप्यातच तात्पुरती चूल करून त्याच्यापुढे बसलेली आई मला दिसली. तिच्या अंगावर धूतवस्त्र होते. पाठमोरी राहून ती काही करीत होती. अलीकडे जोत्यावर बसून पाटलीण लसूण सोलत होती. मला बघताच ती म्हणाली, "आलं हो बाई शंकरराव."

आई पाठमोरी होती ती वळली. मला बघताच उठून उभी राहिली. जोते चढून जाऊन मी तिच्या पाया पडलो. आईने पाठीवरून, तोंडावरून, डोक्यावरून हात फिरवला. मला पोटाशी धरले. काही न बोलता, न सांगता ती डोळे गाळत राहिली.

पाटलीण म्हणाली, "बरं झालं. दंगल होऊन गेल्यावर आला."

बारीक कापऱ्या आवाजात आई बोलली, "त्याचं नशीबच तसं आहे. संकट टळलं म्हणजे तो हजर होतो. काही वाईट बघणं, त्याला ठाऊकच नाही."

हातातली पिशवी भिंतीला टेकवून ठेवून मी धान्याने भरलेल्या पोत्यावर बसलो.

"मी नांदवडीतच होतो."

"कळलं ते आम्हाला. तुम्ही वाटेवर असाल तेव्हाच इथं गावात माणसं घुसली नि शांतपणाने दुपारपर्यंत ती घरं पेटवीतच हिंडत होती."

"परगावचीच माणसं, का इथली होती?"

आई म्हणाली, "काय सांगायचं बाबा? सगळी माणसं माझ्या माहेरची – कटफळची. सगळे ओळखीचेच लोक होते. आपल्या घरावर आले तेव्हा मी म्हणाले, 'अरे बाबांनो, ओळख-पाळख अगदीच कशी विसरला? आपल्या बहिणीचं घर जाळता का?' तर एक पोरगा म्हणतो कसा, 'अक्का, तू बाजूला हो. दहाजणांची घरं जाळली. तुझं एकल्याचंच कसं ठेवावं?' "

आई पुढे काही सांगणार होती तेवढ्यात पाटलीण म्हणाली, "कशाला आल्याआल्या ती करमगती? च्या प्या म्हनं. अंगुळी करा."

मी विचारलं, "आबा कुठे गेलेत?"

पुन्हा चुलीपुढे बसत आई म्हणाली, "झोपलेत आत. दोन दिवस बरंच नाही त्यांना –"

मी आतल्या अंधेऱ्या खोलीत गेलो. पाटलिणीच्या धान्याच्या कणग्या तिथे होत्या. रचून ठेवलेली पोती होती. ज्वारीचा उबट वास मला आला. डोळ्याच्या बाहुल्या मोठ्या होईपर्यंत थोडं थांबावं लागलं आणि मग भिंतीशी लागून टाकलेल्या लोकरी जेनावर झोपलेले आबा दिसले. हात उशाशी घेऊन ते एका अंगावर झोपले होते. मुळातच

अंगलटीने सडपातळ असलेले आबा जास्ती बारीक झाल्यासारखे दिसले. पायथ्याशी बसून मी विचारलं, "झोप लागली काय आबा?"

हाताच्या घडीवरचे डोके वर उचलून आबांनी माझ्याकडे पाहिले. आबा चांगले गोरे होते. पण आता मला त्यांचा चेहरा फार काळवंडलेला दिसला. डोळे खोल गेले होते, गालाची हाडे दिसत होती. आबांना बघून मला फार तर दोन-अडीच वर्षं झाली असतील, पण तेवढ्यातच फार फरक वाटला. आपले वडील आता खालच्या वाऱ्याला लागले अशी भावना होऊन मन एकाएकी उदास झाले. उठून बसत आबांनी विचारले, "केव्हा आलास?"

मला आबांचा आवाजही वेगळा वाटला. भिंतीपलीकडून बोलताहेत असे वाटले.

"आत्ताच आलो. तीन-चार दिवस नांदवडीत अडकून पडावं लागलं."

"बरा चाललाय तुमचा उद्योगधंदा?"

"हो."

एवढी प्रश्नोत्तरे झाली आणि डोळे मिटून आबा भिंतीला टेकले. स्वस्थ बसले. मी पुन्हा विचारले, "काय होतंय तुम्हाला?"

"काही नाही. थोडी कणकण आलीय. चालायचंच आता हे असं."

पुन्हा काही वेळ गेला. आबांच्या उघड्या पायावर, गुडघ्यापासून पावलापर्यंत मी हात फिरविला. जीर्ण, शिवशिवीत असे त्यांचे अंग लागले. माझ्या अंगावर झर्रकन काटा उभा राहिला.

"मुंबईला केव्हा गेला होतास?"

"नाही गेलो अलीकडे. तीन महिने झाले."

"हं." बसलेले पुन्हा आडवे होत आबा म्हणाले, "जा, आता अंघोळ, जेवण बघा."

आपल्या घरात येऊनही मला परक्यासारखे वाटत होते. आपण कुठेतरी अनोळखी जागेत येऊन पडलो आहोत अशी भावना होत होती. आईने करून दिलेला तुरट चहा पिऊन मी उठलो आणि पिशवीतील कपडे उपसून अंघोळीच्या तयारीला लागलो. अंगणातच बिनरहाटाचा आड होता. मी तिकडे जाऊ लागताच आईने विचारले, "थांब की, ऊन पाणी देते."

"कशाला! मला सवय आहे गार पाण्याची."

पाटलीण सोप्यात काहीबाही करीत होती. पाटलाच्या वाड्यात लोक येत-जात होते. आडाभोवती टाकलेल्या शिळेवर उभा राहून अंघोळ करताना मला अगदी संकोचल्यासारखे झाले.

इतका वेळ कुठे बाहेर गेलेला माझा थोरला भाऊ रामचंद्र घराकडे परत आला. त्याच्या अंगावर नेहमी कोट असे. तो आज दिसला नाही. कपडे मळलेले होते. दोन-तीन दिवस त्याने दाढीही केली नसावी. शाळामास्तराची नोकरी करणारा, खेड्यात कसे वागावे हे नीट माहीत असलेला माझा भाऊ चांगला वस्ताद माणूस होता. पण झाल्या गोष्टीमुळे तोही खचला आहे असे मला वाटले. भिंतीलगत असलेल्या धान्याच्या पोत्याला टेकून तो बसून राहिला. लहान जीव असलेल्या माणसाने जडशीळ ओझे खांद्यावर घेऊन बसावे तसे त्याचे बसणे होते. वरचेवर तो हनुवटी चोळीत होता. बोटांनी कपाळ रगडीत होता. 'केव्हा आलास?' यापलीकडे त्याने माझी जास्ती चौकशी केली नाही. आम्हा सर्वांत धाकटा होता तो लहान भाऊ दिनूही जरा वेळाने आला. खांबाला टेकून जोत्यावर बसला. त्याच्या तोंडावर अजूनही भीती दिसत होती.

आई मला म्हणाली, "याच्या मनातली भीती अजूनही जात नाही. तू तरी सांग त्याला काही. झोपायला रामोशीवाड्यात जातो. त्याला वाटतं, लोक पुन्हा येतील."

वाढीला लागल्यामुळे हाडापेराने लांबसडक झालेल्या दिनूने अर्धी चड्डी आणि शर्ट घातलेला होता. डोक्यावर आकार बिघडलेली पांढरी टोपी होती. त्याचे केस कापायला झालेले होते.

भयभीत, पण बिचाऱ्या डोळ्यांनी त्याने माझ्याकडे बघितलं आणि लगेच माझ्यावरची दृष्टी काढून घेऊन तो इकडेतिकडे बघत राहिला.

मी विचारलं, "होय रे दिनू? आता कसला भीती? रामोशाच्या तसल्या खोपटात झोपतोस तरी कुठं?"

दिनू काहीच बोलला नाही. पण त्याचा चेहरा गोरामोरा झाला होता. मोठा भाऊ म्हणाला, "रामोशी गावचे राखणदार. त्यांच्या सोबतीनं झोपलो म्हणजे काही धोका नाही असं त्याला वाटतं. आपल्या घरापलीकडे शिरपती रामोशी आहे ना, त्याच्या खोपटात झोपतो वाकळ पांघरूण."

इथे भाऊ हसला. दिनूला जास्ती खिजल्यासारखं झालं. खालचा

ओठ दाताखाली दाबून तो जागचा उठला आणि धावतच बाहेर पडला.

भाऊ म्हणाला, “तेरावं वर्ष लागलं, पण त्याला समज असा मुळीच नाही. भितो काय, रडतो काय! याला कसं सांभाळायचं कुणाला ठाऊक!”

अद्याप सकाळचे दहा वाजत होते. गावातून चक्कर मारावी म्हणून मी बाहेर पडलो. मारुतीच्या देवळाकडे जावे, चावडीकडे जावे अशा विचाराने चालू लागलो. पाटलाच्या दरवाजासमोरच वाटेपलीकडे पन्नास-पाऊणशे यार्डांवर आमच्या घराचे परसू दिसत होते. मागली दारं आणि चौकट जळून गेल्यामुळे दगडी भिंतींना खिंडार पडले होते. देवाला फुले पाहिजेत म्हणून मी तालुक्याहून पैदा करून आणलेले जास्वंदीचे रोप केवढे ताडमाड वाढले होते. त्याच्यावर फुललेली तांबडीभडक फुले तशीच होती. उजव्या हाताला वळून मी देवळाकडे निघालो. पाटलाच्या वाड्याला लागून मराठ्यांची तीन घरे होती. त्यापलीकडे सोनाराचे घर होते. एक वाण्याचे दुकान होते आणि मधे बोळ सोडून त्यापलीकडे माझ्या भाऊबंदांची चार घरे होती. मी रामूकाकांच्या घरासमोरून जाऊ लागलो तेव्हा उघड्या दरवाजातून आत नजर टाकली. पूर्वी जिथे स्वयंपाकघर होते त्या जागी उघडेबोडके रामूकाका आणि जुनेर नेसलेल्या जानकीकाकू बसल्या होत्या. नागडी पोरे इकडेतिकडे हिंडत होती. वास्तविक रामूकाकांचे वडिलार्जित घर मोठे नव्हते. केवळ चार-आठ खणांचेच होते. पण हे पाच भाऊ कर्ते झाले तेव्हा त्यांनी गाव सोडले होते. चारी दिशा हिंडून त्यांनी नाना कष्टाची कामे केली. घाम गाळून पैसा कमविला आणि तो इकडे रामूकाकाकडे पाठवून दिला. धाकट्या भावांनी पाठविलेल्या पैशांतून रामूकाकांनी जमीनजुमले खरेदी केले. जुने घर वाढवून पाच भावांची कुटुंबे राहतील एवढा वाडा बांधला. अगदी अलीकडे एक-दोन वर्षांमागेच सगळे बांधकाम पुरे झाले होते. एवढ्या मोठ्या इमारतीच्या जागी आता सगळे खिंडार दिसत होते.

अंगाने फाटके असलेले रामूकाका हिरवट डोक्याचे होते. त्यांचे तोंड तर मुळीच धड नव्हते.

घरात बसूनच त्यांनी मला पाहिले आणि मोठ्याने हाक दिली, “अरं शंकर हाय काय आमचा?”

“होय हो.”

“कवा आला रे? ये की!”

काका ब्राह्मण होते, तरी त्यांची भाषा कुणबाऊच होती. गावातील बरेच ब्राह्मण हीच भाषा व्यवहारात बोलत.

मी राखेचे ढीग तुडवीत आत गेलो. लग्नमुंजीसाठी म्हणून काकांनी जमविलेले मोठमोठे असे दोन हंडे जळून चेपून मुटका झालेले असे बाहेर पडले होते. अर्धवट जळालेला लाकडी पलंगही होता.

दोन जळक्या तुळयाच एकमेकाला लावून चूल केली होती आणि त्यावर चहाचे भांडे ठेवले होते.

काका रंगाने फारच काळे होते. त्यांच्या डोक्यावरचे केस अर्धवट पिकलेले होते. फार विड्या ओढल्यामुळे की काय कोण जाणे, त्यांच्या जांभळट ओठांवर हरभऱ्याच्या डाळीएवढे दोन तांबडे ठिपके उमटले होते. मी जवळ जाताच ते म्हणाले, “बस, च्या होतोय.”

जळक्या तुळयांची चूल बघून मी हसून म्हणालो, “हे बरं केलं.”

मुळातच काकांना हळू आवाजात बोलणे ठाऊक नव्हते. त्यात पलीकडे शंभर-दीडशे यार्डांवर असलेले सुतारमेट पडक्या भिंतीवरून दिसत होते. गावातील काही ब्राह्मणेतर मंडळी तिथे उन्हाला बसलेली होती. त्यामुळे काकांचा आवाज अधिकच चढला.

‘हे बरे केले’, असे म्हणताच ते ओरडून बोलले, “आरं, मग काय मुळुमुळु रडत बसायचं का बायकावानी? जाळली तर जाळली घरं! पुन्ना बांधू. जाळनारी दमत्यात, का आमी दमतो ते बगू. आन् आज हे लेकाचे आमाकडे बगून हासतात, पर उद्या तेंच्यावर हीच पाळी येनार हाय. अरं, आमी जात्यात तर ते सुपात. शेराला सव्वाशेर भेटनारच. उद्या म्हारंमांगं एक होऊन ह्यांची घरं पेटवतील!”

ओरडून बोलता-बोलता काकांच्या कपाळावरची शीर तट्ट फुगली. मुळात तांबूस असलेले डोळे लाल झाले.

“तसं कशाला शंकर, उद्या मीच हातात चुडी घेऊन ह्यांची घरं पेटवनार हाय. काय माजं करत्यात ते बगीन. आरं, आनकी काय करतील? काय राह्यलंय? पैसाआडका गेला, घर-दार गेलं, पानी प्याला तांब्यासुद्धा ऱ्हायला न्हाई!”

काकांच्या या आरडाओरडीमुळे मला अगदीच संकोचल्यासारखे

झाले होते. पडल्या आवाजात मी विचारले, "पण काका, लोक बाहेरचे आले होते ना?"

"आरं, पन आलेले यांच्याच फुशीनं. हे सगळे हातात काठ्या-कुऱ्हाडी घेऊन पुढं गेले असते तर बाहेरच्या लोकांची टाप होती का घरं जाळायची, आं? पर यांना बरंच होतं असं झाल्यालं. रानातनं गावातसुद्धा आली नाहीत. टेकावर उभं राहून मज्जा बगत होती बेनी. बरी बामनांची घरं जळत्यात. आरं, पन बामनं अशी मरनार न्हाईत. माळावर तोडून टाकलेल्या निवडुंगाच्या फड्यासारखी कुटंबी फुटतील पुना जोरानं."

आमचे हे बोलणे चालले आहे, तोवर चहाचे काळे आधण फुगून वर आले. तेव्हा जानकीकाकूंनी विटक्या पदराने पातेले खाली उतरवले. दोन फुलपात्रांत काळपट सोदन्याने चहा गाळला. लोटीतले दूध थेंब-थेंब टाकले.

जळक्या तुळयांवर केलेला चहा पिऊन मी काकांचा निरोप घेतला आणि उठलो. दरवाजातच रामूकाकाचा धाकटा भाऊ कोंडीकाका भेटला. आपल्या मोडक्या हाताने धोतराचा सोगा वर धरून तो आत आला. माझ्याकडे बघताच हसून म्हणाला, "आलास, बरं झालं. मर्दा, येऊन आलास त्यो जरा अगुदर तरी येऊ नयेस? आपली बामणाची जातच भित्री बघ. ही इतकी आठ घरं होती, पर एक गडी काय हातात काठी घेऊन जाळणारास्नी आडवा गेला न्हाई. मी तवाच म्हणालो, आमचा शंकर जर या येळला हजर असता, तर त्येनं धापाच गडी लोळवल्याशिवाय सोडलं नसतं."

कोंडीकाका आपल्या जवानीत नामांकित पहिलवान म्हणून प्रसिद्ध होता. त्याचा उजवा हात कुस्तीतच निखळलेला होता. बढाई मारण्यात, थापा ठोकण्यात काका कुणाला हार जाणारे नव्हते. दुसऱ्याला उगीचच उंच चढवायची खोड त्याला होती. कुठलाही प्रसंग गंभीरपणे घेणे त्याला माहीतच नव्हते. इतके होऊनही त्याचा स्वभाव तिळमात्र बदललेला नव्हता की, चेहरा कोमेजला नव्हता.

मी गंमत म्हणून विचारले, "तुम्ही का आडवे गेला नाहीत काका?"

काका म्हणाला, "आमी आता थकलो मर्दा! आमाला आता पहिल्यासारखं धाडस होतंय व्हय?"

मी मारुतीच्या देवळासमोर आलो. खालच्या आळीची दोन आणि

वरच्या आळीची दोन अशा चार कुटुंबांनी देवळाचा आसरा घेतलेला होता. दम्याच्या विकाराने लाकडासारखा वाळलेला भुजंगा, त्याचे दहा-बारा वर्षांचे, डोक्याने अर्धवट असलेले पोर आणि तोंडाळ म्हणून गावात प्रसिद्ध असलेली भुजंगाची खाष्ट बायको ही माणसं वाटसरांप्रमाणे देवळात बसलेली होती. साथीच्या साली बायको आणि कर्तीसवरती चार मुलं मरून गेल्यामुळे गेली कित्येक वर्षे एकाकी राहिलेले बाजीरावनाना आणि त्यांची बालविधवा मुलगी यांनी देवळाच्या दुसऱ्या आखण्यात आपला संसार थाटला होता. मुळात सज्जन आणि मोठ्या मनाचे असलेले, पण आता अबोल, तिरसट झालेले बाजीरावनाना खांबाला टेकून बसलेले होते. अगदी लहान वयात नवरा मरून विधवा झालेली, गेली पंधरा वर्षे धुतल्या तांदळासारखी राहिलेली त्यांची मुलगी सीताबाई ओली लाकडे पेटविण्यासाठी फू-फू करून चुलीत फुंकर मारीत होती. धोंडूआजी, रमाकाकू, केसूकाका ही सगळी मंडळी त्या एवढ्याशा देवळात वावरत होती. स्वयंपाकपाणी, अंगधुणी, झाडलोट सगळे चालू होते.

मी जाऊन देवळाच्या जोत्यावर बसलो. तेव्हा सीताआत्या म्हणाली, "बरा आलास याच वेळंला फजिती बघायला!"

सीताआत्याचे नेहमीचे बोलणेसुद्धा रागाने बोलण्यासारखे वाटे. ती अंगाने रोहिल्यासारखी जाडजूड होती. आपल्याशी बोलताना ती तिरक्या डोळ्यांनी तिसरीकडेच बघत राही.

पंचा नेसलेले नाना गुडघे उभे करून खांबाशी टेकून बसले होते. दोन्ही कोपरं गुडघ्यावर टेकून त्यांनी हातांची बोटे एकमेकांत गुंफली होती. वाढलेल्या दाढीच्या खुंटांनी त्यांची हनुवटी आणि गाल रुपेरी झाले होते.

नानांनी विचारले, "हं, तिकडची पुण्याकडची काय हालहवाल?"

"जी इथली, तीच तिथली!"

"हो, पण तिथं शासन संस्था आहे. आम्ही जसे केवळ गुंडांच्या दयेवर वाचलो, तसं तिथं होणार नाही. पोलीस, शिपाई, धरपकड हे लगेच सुरू झालं असेल."

"ते इथं झालंच की! नांदवडीला आली पोलीसपार्टी."

नाना नाराजीच्या स्वरात बोलले, "इथले कसले पोलीस आणि कसली पार्टी. संस्थानी कारभार आहे."

स्वत:ची शेतीवाडी, घरेदारे असलेली ही माणसे अशी बेलदारांसारखी राहिलेली बघून माझे मन उदास-उदास झाले. आजपर्यंत आपल्या चार भिंतींआड ती उबेत राहिली होती. सुरक्षित होती. असे उलटे-पालटे कधी होईल याची कल्पनाही नव्हती. आपल्या घरांना लागून असलेली घरे, अडीनडीला आपली मदत घेणारी, आपल्याला मदत करणारी, आपल्याच गावातील माणसे शत्रू होतील असे त्यांना कधी वाटले नव्हते. त्यांच्यापासून आपल्याला धोका आहे ही जाणीव त्यांना आज पहिल्याप्रथम होत होती. हा धक्का अगदी अनपेक्षित होता. त्याने ही मंडळी मुळापासून कलली होती. कधी नव्हे ते त्यांना वाटत होते की, आपण अनाथ आहोत. आपले असे म्हणायला कोणी नाही. आता कशाची शाश्वती नाही. केव्हा काय होईल त्याचा नेम नाही!

किती विलक्षण मन:स्थिती ही! आमच्या घरामागे राहणारी गेली कित्येक वर्षे आईची मैत्रीण असलेली पाटलीण उद्या जर म्हणू लागली की, तुमची-माझी जात एक नाही. म्हणून मी तुमच्याशी वैर करणार. तर? तर सगळेच आटपले म्हणायचे. ती साबू कारंडी, मी दिसताच जिने माझ्या तोंडावरून हात फिरवून डोळ्याला पाणी आणलं, 'बाबा, तुझी माणसं पाटलांच्यात आहेत' एवढेच जिला बोलविले, ती जर उद्या मी तिच्या जातीचा नाही म्हणून माझ्याकडे तोंड फिरवून चालती झाली तर? तर काय, संपलेच सगळे. मग 'हे माझे गाव', असे म्हणायचे तरी कशाला? 'ही माझ्या गावची माणसे' कशाला म्हणायचे? नव्हे 'मी अमक्या गावचा' असे सांगायचे तरी कशाला? आणि या गावातच राहायचे हा आटापिटा तरी कशाला?

ही सीताआत्या, हे नाना, बाप आणि लेक दोघेही आता आयुष्याच्या उतरणीला लागलेली आहेत. नानांना मुलीवाचून कोणी नाही. मुलीला त्यांच्यावाचून कोणी नाही. गेली तीस वर्षे नानांनी हे असले आयुष्य काढले आणि आज त्यांच्यावर हा प्रसंग. आयुष्यातील जी काही दोन-पाच वर्षे राहिलेली आहेत, ती ही दोघेजण कोठे घालविणार? मारुतीच्या देवळात? त्यांनी काय करावे? कोणाकडे जावे? तो गणू दयाळ, नानांच्या जमिनी आजवर खंडाने करीत आला आहे. वर्षाकाठी पिकेल त्या धान्यातील मालकाचा हिस्सा तो इमानाने आणून देत होता. आता देईल का? त्याने नाही म्हटले, नानांची जमिनीवरील मालकीच

नाकारली तर?

मधेच रमाकाकूंनी मला विचारले, ''आता तुम्ही सगळी मुंबईला जाणार असाल थोरल्या भावाकडे?''

मी म्हणालो, ''काही निश्चित नाही अजून.''

''जाणारच तुम्ही. सोय असल्यावर कोण राहील? पाटलाच्या वाड्यात किती दिवस काढणार?''

हे बोलताना आपली अशी कुठे सोय नाही, याबद्दल वाटणारा विषाद काकूंच्या तोंडावर स्पष्ट दिसला.

देवळातील या कुटुंबांचे व्यवहार सुरू झाले. मी तिथे बसलो आहे हे विसरून सगळी माणसे उद्योगात गुंतली तेव्हा देवळातून उठून मी पुढे गेलो.

वेशीत असलेल्या लिंबाच्या पारावर कुत्र्याला गोंजारीत असलेला ईश्वरा रामोशी मला दिसला. मी पुढे होताच उठून उभा राहून त्याने राम-राम केला. म्हटले, ''टेका घटकाभर.''

माझ्यापेक्षा वयाने थोडा मोठा असलेला ईश्वरा आमचा शेजारीच होता. आमच्या वाड्याला लागूनच थोडे पलीकडे त्याचे झोपडे होते. नांदवडीप्रमाणे आमच्या लहानशा गावात ब्राह्मणआळी, कोष्टीआळी, देशमुखगल्ली असे काही वेगवेगळे भाग नव्हते. सोयीनुसार जागा बघून कोणीही कुठेही घरे बांधली होती. रामूकाकांच्या घरापलीकडे महारवाडा होता. घरात उभे राहूनच रामूकाका महारवाड्यातील लोकांना हाका मारीत. भुजंगाच्या घराशेजारी सगळी कुरवाड्यांचीच घरे होती. मागल्या दाराशी कुंभाराचे घर होते.

पारावरच्या दगडावर मी पाय सोडून बसलो तेव्हा ईश्वराने खाली धुरळ्यात बैठक मारली. त्याला कानांनी थोडे कमी ऐकू येत असे. त्यामुळे त्याचा चेहरा नित्याचाच कावराबावरा दिसे. बोलताना थोडे तटण्याची सवयही ईश्वराला होती. त्याने विचारले, ''सकाळी आला?''

''हो.''

नीट ऐकू यावे म्हणून ईश्वरा थोडे पुढे सरकला. मान कलती करून मी काय बोलतो हे ऐकू लागला. पोक्तपणे त्याने विचारले, ''झाल्या

गोष्टी कानावर आल्या?''

''काही आल्या. आमचा वाडा जळला तेव्हा तू होतास का?''

ईश्वराने मुक्यानेच मान डोलविली. खाली बघून खडे उचलले.

''कसं-कसं झालं ईश्वरा?''

ईश्वराने नजर बाजूला करून काही ठरविले. चवड्यावर बसला होता तो मांडी घालून नीट बसला. खडे मांडून सांगू लागला, ''खरं सांगायचं तर बाहेरगावची लोकं येणार ही वर्दी आगाऊ लागली हुती; पर कुणी मनावर घेतलं नाही. वाटलं, आपल्या गावाला कोन कशाला येतंय? आपन काय केलंय कुनाचं? तुमची, आमची, मऱ्हाट्यांची सगळीच मानसं बिनघोरी राहिली आनि सकाळी न्याहारीच्या वक्ताला वरलीकडनं मानसांचा घोळका वावटळीवानी आला. सगळ्यांच्या म्होरं जो पुढारी हुता त्येच्या हातात दुनळी बंदुक हुती. कमरंला काडतुसाचा पट्टा हुता. जयजेकार करत ही टोळी गावात आली. पोरंठोरं जमा करून त्येनी तुमा लोकांची घरं हुडकून काढली. मुलाबाळास्नी बाहेर व्हायला सांगितलं. आनी घाष्टेल वतून एक-एक घर पेटवलं. आलेल्या लोकांतली कैक जनं उचलाउचली करू लागली. हाताला लागेल ते धोतरांच्या खोच्यात भरन्याचा त्येनी सपाटा घेतला. भांडीकुंडी, गाद्यापांघरुणं बाहेर फेकली. आमासारखे गोरगरीब गोळा होऊन बघत उभे राह्यते हुते. त्यास्नी सांगितलं, 'लेकानो, न्ह्या हे तुमाला.' मग जे कोनी धट हुते त्येनी चोरूनमारून सामान नेलं. आपल्या खोपटांतनं दडवून ठेवलं. जे सच्चे हुते ते म्हनाले, 'पाटील, हे आज लुटून उद्या आमी कुठं जावं? तुम्ही आज आला, उद्या निघून जाल. पन आम्हाला जनम हातंच काढायचा हाय.' त्यावर घरं जाळणाऱ्या माणसांनी ह्या साब लोकांस्नी चार काटीच्या धोपाट्या हानल्या. 'लेकांनु मुकाट्यानं हे सामान उचला. आता बामनांच भ्या नाही. भेता कुनाला?''

''मग, नेलं सामान लोकांनी?''

''न्हेलं की व काईनी. काय करावं? न्हाई न्हेलं तर धोपाट्या बसत्यात काटीच्या. आपल्या गावचं लोक पयलंच भेकाड. भिऊन कैकांनी सामान न्हेलं.''

''आमचा वाडा जाळला तेव्हा तुम्ही लोक आडवे गेला का नाही?''

''तर हो! मी, आपला भीमा, आन शिरपती वाकून पाया पडलो.

म्हनलं, 'सरकार, हे घर ऱ्हाऊ द्या. कुनाशी वाकुडपना ऱ्हाई –''

"मग?''

"ऱ्हाई ऐकलं. हुंदे देऊन आम्हाला बाजूला ढकललं. तुमचं बंधू चाललं होतं सासुरवाडीला गाडी घेऊन वयनीस्नी आनायला. त्येंच्या अंगातला कोट काढून घेतला एकानं. खिशात पाकीट होतं चमड्याचं. त्यात रुपयं होतं पन्नासपाऊनशे. घेतलं काढून. बोटात आंगठ्या होत्या दोन. एकजण म्हणाला, 'आंगठ्या काडून दे'. दे म्हनल्यावर देनं भाग हाय. मास्तर आंगठ्या काढू लागलं. त्या घट्ट. निघंनात. तर दुसरा कुऱ्हाड सरसावून म्हनाला, "ऱ्हाई त्या निगत तर बोट तोडतो!' काय हो, न्याय का अन्याय ह्यो!''

"कसला न्याय आणि कसला अन्याय, ईश्वरा? बिथरलेला जमाव कबंध राक्षसासारखा असतो रामायणातल्या. डोकं नाही. डोळा एक आणि हात मात्र बारा कोस जातील एवढे लांब.''

"खरी गोष्ट. मग म्हनाले, 'घरात पैका कुटाय दाव.' मास्तर म्हनाले, 'पैका ऱ्हाई. तुमी तुमच्या हातानी हुडकून बघा.' मग काय, पेंढार घुसल्यावानी लोक शिरले आत. समद्यास्नी घराभायेर काढलं. काकी, पोरं, पंत सर्वे लोक भायेर पडले. मग या लोकांनी घर धुंडलं. सामानसुमान भायेर फेकलं. घाष्टेल वतलं जागजागी आन् काडी लावली.''

आम्ही बोलत होतो. पलीकडे असलेल्या आपल्या झोपडीतून श्रीपती रामोशाने पाहिले. अंगात काळ्या रंगाची कोपरी घातलेला श्रीपती हात पाठीमागे बांधून सावकाश आला. राम-राम घालून म्हणाला, "कंदी आला?''

"सकाळी आज.''

त्याच्याकडे पाहून ईश्वरा म्हणाला, "तुमा घरचं देव शिरपतीच्या घरी होतं बगा चार दिस. इचारा की!''

"होय श्रीपती?''

धोतर सावरून श्रीपती खाली बसला. खाकरून म्हणाला, "परसंगच वाईट बगा. माज्या आजवरच्या हयातीत कंदी बगितलं न्हवतं असं. वाडा पेटला तुमचा. आग उसळ्या घिऊ लागली. आमी बघतोय आपलं. काकी पल्याड उभ्या हायेत. एकाएकी मला बोलल्या, 'शिरपती, अरं देव तरी वाचीव आतलं. जा पळ!' आता? मी पळालो आगीत.

आदमासानं गेलो. धुरानं दिसंना काई. देवघर घावलं. तसं भराभरा सगळं देव धोतराच्या खोच्यात घातलं, आन् वाऱ्यावाणी भायेर आलो. काकीच्या म्होरं जाऊन खोचा म्होरं केला, 'काकी, हे आता ठिवू कुठं?' म्हनल्या, 'न्हे जा तुज्या घरी. बामनांची घरं जळली म्हनावं, आता बसा रामुशाच्या खोपटात!' आता काय करावं? 'जी, तसं कसं काकी?' 'अरं न्हे जा' म्हणून रागानं वरडल्या माझ्या अंगावर.''

''मुकाट्यानं पळत घरी आलो. खोच्यात देव धरूनच बायकूला म्हनलं, 'अगं, कोपऱ्यातली खळ्याएवढी जागा चांगली झाडून घे. सारव. काकीचं देव हायेत माज्या खोच्यात.' जागा सारवंपतूर देव घिऊन उभा हुतो. सारवल्यावर तिनं थाळीत घालून देव ठिवलं तुमचं. पोरास्नी बजावलं, 'लेकानूं, व्हलापारवा माराल, कोरड्यास कराल. हे देव हायेत तोपतूर घरात मांसमच्छर आनायचं न्हाई, हां!'

पूजाअंघोळीवाचून आमचे देव रामोशाच्या खोपटात चार दिवस राहिले होते आणि मग उठून पाटलाच्या वाड्यात गेले होते.

मी विचारले, ''आमचा दिनू कुणाकडे झोपतो रोज श्रीपती?''

''आमच्याकडंच येत्यात.''

''फार भ्यालंय पोर!''

श्रीपती म्हणाला, ''भेणारच हो. मोठी माणसं मेली, मग ते तर नाकळतं पोर हाय. अवं, मानसं आली-आली असा गोंधूळ झाला, तवा आपले कोंडूकाका किती उमेदीनं बोलत होते. पन लोकं आली अन् त्येनी कोंडू बामन कोनचा म्हनून पुसल्यालं ऐकलं. तसंच काका वेशीतनं आमच्या खोपटात आले. कोपऱ्यात दडले. मला म्हनले, 'शिरपा, माझ्या अंगावर कांबुरनं टाक बक्कळ. हितं मी दडलोय हे कळलं नाय पायजे लोकांस्नी. कळलं तर मेलो.' मी वाकळा, घोंगडी जे होतं ते अंगावर टाकलं. पहिलवान लई भेलंवतं, कांबुरनाच्या आत लटालटा उडत हुतं. ढीग जिता असल्यावानी हलायचा बघा.''

मी, ईश्वरा, श्रीपती असे बोलत बसलो होतो. हलकेहलके आणखी चार-पाच जण जमले. भीमा कारंडे, देवराव पाटील, गणपा न्हावी. गावात काय घडून गेले याची कहाणी प्रत्येकजण सांगत होता, मी ऐकत होतो.

बायकामुलांनी रडून गोंधळ केला आणि एकामागून एक अशी

आठही ब्राह्मणांची घरे पेटली. होळीसारखी जळू लागली. लोकांच्या भीतीने बायाबापड्या आणि मुले दिसेल त्या मराठ्याच्या, मुसलमानाच्या, रामोशाच्या घरात जाऊन बसली. पुरुषमाणसे दीनवाण्या चेहऱ्यांनी पेटल्या घराभोवती टिटवीसारखी फिरू लागली. त्यांना घर विझवावं वाटत होतं, पण जमावातील लोक तसं करू देत नव्हते.

वरच्या आळीच्या बाजीनानांनी माणसे गेली हे पाहून आडातून पाण्याचे दोन पोहरे काढले आणि घराच्या पेटत्या भागावर फेकले. तेव्हा दूर गेलेले लोक धावून आले. ओरडून म्हणाले, "फेका रं या म्हाताऱ्याला आगीत. जाऊ दे घराबरोबरच ह्याला –"

हुल्लड करून चार लोक पुढेही झाले.

"नाना म्हणाले, 'टाका. मला पोरबाळ नाही. मेल्यावर फार काळ पडून राहावं लागंल मला. आत्ताच गेलो तर बरंच आहे."

यावरही हशाच झाला. खरोखरीच लोकांनी पुढे होऊन नानांची पालखी केली आणि पेटत्या घराजवळ नेऊ लागले.

तेवढ्यात त्यांच्यापैकीच कोणी पुढे होऊन म्हणाला, "हां-हां, हिंसा न्हाई हां. गांधीजींचं अहिंसा तत्त्व होतं. सोडा म्हाताऱ्याला."

नाना तसेच मारुतीच्या देवळाकडे आले. हात जोडून म्हणाले, "बलभीमा, आता तूच बघ आमच्याकडे."

मग कोणी घर विझवण्याचा प्रयत्न केला नाही. केसूतात्या मळ्यात निघून गेले. म्हणाले, "जळतं घर उघड्या डोळ्यांनी पाहवत नाही. हात पाणी मारल्यावाचून राहणार नाहीत. डोळ्यामाघारी काहीही होवो."

लोक आले-आले म्हणताच, खालच्या आळीच्या भुजंगाने पैसाअडका भरलेली कासंडी हाती घेतली आणि दम्याने वाकलेला तो जरत्कारू माणूस ओढ्याकडे पळाला. धांदलीने त्याने ती कासंडी ओढ्यापलीकडे असलेल्या लोहाराच्या शेतात खड्डा खणून पुरली. खुणेसाठी वर दगड ठेवला आणि तो घराकडे परत आला. तोवर इकडे घर जळले होतेच. सामानसुमान लुटले होतेच. सगळे नाहीसे झाले तरी पैक्याची कासंडी सुखरूप होती. या बळावर भुजंगाने पेटते घर पाहिले.

आता गेले चार दिवस तपास करूनही काळ्या रानातील ती खुणेची जागा त्याला सापडत नव्हती. वेळी-अवेळी जाऊन भुजंगा आणि त्याच्याकडची माणसे लव्हाराचे काळे रान उकरीत होती. कासंडीचा पत्ता

लागत नव्हता. भुजंगा जास्तीच वाकला होता. हवालदिल झाला होता. सर्वांना सांगत सुटला होता. पण त्याची गोष्ट लोक थट्टेवारी नेत होते. कुणी विश्वासच ठेवीत नव्हते.

मी कारंड्याला विचारले, "भीमा, कासंडीचं झालं काय त्या?"

"देवाला डोळं! भुजंगबापू मातूर येडं झाल्यात बघा."

आठी घरांना आगी लावून झाल्या तेव्हा जाळपोळ करणाऱ्या माणसांनी घरोघरी हिंडून भाकरी-कालवण गोळा केले. कुणाकडून दूध, कुणाकडून दही हक्काने मागून घेतले. लोहारमेटाजवळच्या मोठ्या लिंबाच्या सावलीत एकत्र बसून त्यांनी जेवण केलं. ढेकरा दिल्या.

भरल्या पोटांनी, संतुष्ट मनांनी भारतमातेचा आणि गांधीजींचा जयजयकार गाजवीत हुल्लडबाज लोकांचा तो वेडा घोळका नांदवडीकडे निघून गेला.

घरे जळाली ते लोक उगीच एका जागी बसून राहिले. दिवस मावळला. अंधार पडला. तशी मुलेबाळे भुकेने रडू लागली. थंडीने कुडकुडू लागली. मग स्मशानातून उठावे तसे कुटुंबाचे कर्ते उठले आणि त्यांनी देऊळ, धर्मशाळा, चावडी, शाळा जवळ केली. तरवडाच्या डहाळ्यांचे खराटे करून बायकांनी देवळाची उखणलेली जमीन लोटून स्वच्छ केली. पुरुषमाणसांनी कुंभाराकडे जाऊन मातीच्या घागरी आणल्या. वडाच्या पानांचे द्रोण करून पाणी प्याले. अंगावर होती त्या धडुत्यानिशी अंगे भुईवर टाकली.

माणसाच्या आयुष्यात अनेक वाईट रात्री येणे संभवनीय आहे. घर जळून जाणे हाही काही नवा अनुभव नाही. पण आजची रात्र या लोकांना खरोखरीच भयंकर होती. अशी रात्र यापूर्वी कुणाच्या वाट्याला आलेली नव्हती. कुणाचे घर नजरचुकीने, खासगी आकसाने, दैवी कोपाने जळले असेल; एका वस्त्रानिशी, भुकेल्या पोरानिशी धरणीवर झोपण्याची पाळी आली असेल; पण असा प्रसंग उभ्या जमातीवर आज प्रथमच आला होता. कुठलेही संकट आले तरी आपले भाऊबंद, आपले गाव आपल्या पाठीशी आहे असे वाटत असे. उभे गाव आपल्याविरुद्ध आहे ही भीती आजवर कधी मनाला शिवली नव्हती. अशा तऱ्हेचा घाव या जातीवर कधी बसलेला नव्हता.

दुसरा दिवस उजाडला तेव्हा कोणी उठून आपल्या शेतामळ्यात

गेले. गव्हाच्या लोंब्या, ज्वारीचा हुरडा, ओला हरभरा असे जे-जे म्हणून खाण्यालायक होते, ते-ते घेऊन मुक्कामावर आले. कोणी आसपासच्या वाड्यावस्त्यांवर जाऊन आले. वाटेकऱ्यांकडून, ओळखीच्या शेतकऱ्यांकडून त्यांनी ज्वारी-बाजरी आणली. भांडीकुंडी आणली, घोंगडीसुताडे पैदा केले आणि जागा मिळेल तिथे संसार मांडला. गावातले जे भले लोक होते, त्यांनी पुढल्या परिणामाची काळजी न करता बामणांना मदत केली. कोणी अंथरूण-पांघरूण दिले; कोणी वाळला शिधा दिला; विशेष घरोबा होता त्या मराठ्यांनी गावातील आपली घरेसुद्धा दिली. त्यांच्या स्वतःच्या वस्त्या रानात, मळ्यात होत्या. पण त्यांचे हे वागणे मनापासूनचे, जिव्हाळ्याचे आहे असे कोणाला वाटले नाही. 'हे सगळे वरवरचे आहे. खरेच जर यांना आपल्याविषयी प्रेम असते, तर त्यांनी पुढे होऊन गुंडांना अडविले असते, घरे जाळूच दिली नसती. बाहेरून आलेल्या शंभर-सव्वाशे गुंडांना गावातील सातआठशे गावकरी सामोरे गेले असते, तर एका गुंडामागे सात गावकरी झाले असते. होते आहे ते बरेच आहे, बामणलोकांना बरा धडा मिळतो आहे असे म्हणून उभे गाव बाजूला राहिले, म्हणूनच आमच्या हयातीत पुन्हा उभारता येणार नाही असे घर जळले, पुन्हा उभा करता येणार नाही असा संसार लुटला गेला.' असेच सगळे ब्राह्मण म्हणू लागले. उघड बोलू लागले. गावातील लोक त्यांचे हे बोलणे हसण्यावारी नेऊ लागले. 'मी मळ्यात मोटेवर होतो', 'मी बाजाराला तालुक्याच्या गावी गेलो होतो', 'मी बाबा, भिऊन जागीच बसलो' अशा लंगड्या सबबी त्यांनी सांगितल्या; पण ब्राह्मणांची मने पहिल्यासारखी निवळशंख झाली नाहीत. ती गढुळली ती गढुळलीच.

बोलता-बोलता बारावर एक वाजला. जेवायला चला म्हणून दिनू बोलवायला आला तेव्हा बैठक मोडली.

लुटालुटीत नेलेल्या वस्तू लोक आता परत आणून देऊ लागले होते. भांडीकुंडी, कपडेलत्ते, फोटो, तसबिरी, धान्य असल्या वस्तूंचा ढीग चावडीत पडत होता. रोज ब्राह्मण मंडळी चावडीवर जात होती आणि भांडी उलथीपालथी करीत होती. हे माझे ताट, ही तुझी परात

असा वादविवादही होत होता. काही भांड्यांवर नावे होती, काहींवर नव्हती. धान्य कसे ओळखायचे ते कळत नव्हते. नेले त्यांनी बरेच धान्य खाऊनही टाकले होते. ज्यांनी परत आणून दिले त्यांनी सांगितलेच की, मी हे अमक्यातमक्याच्या घरातून पळविले. गुंडांनी धाक घातला म्हणून पळविले. आता परत आणून दिले आहे.

या गडबडीतच म्हातारा चंद्रू होलार पाटलांच्या वाड्यात आला. तो पार थकला होता. काठी टेकीत-टेकीत आला आणि अंगणातल्या उन्हात उभा राहून बोलला, ''हाये का बरं कुरकळण्यास्नी?''

''होय, का?''

''भेटायला आलवतो. कामबि हाय एक.''

मला वाटलं अशा परिस्थितीत हा आणखी काय साकडं घेऊन आलाय कुणाला ठाऊक. दुपारचे जेवून आबा लवंडले होते आत. झोप लागली नसावी, कारण अधूनमधून खोकला बाहेर ऐकू येत होता.

''झोप लागलीय वाटतं! फार महत्त्वाचं काम आहे का? तिसऱ्या प्रहरी ये मग.''

एवढ्यात आतून आबांनीच विचारलं, ''कोण आहे रे?''

''मी हाये जी चंद्रू. भायेर येता का उलीसं?''

आबा बाहेर आले.

''का रे बाबा, काय म्हणतोस?''

यावर काही न बोलता चंद्रूने खांद्यावरच्या फडक्यातून एक पुरचुंडी काढली. सोडली. त्यात नथ होती. ती बैजवारपणे जोत्यावर ठेवून चंद्रू म्हणाला, ''माजी पोरं म्हणाली, हा जिन्नस तुमच्या घरी घावला. बघा, वळखून घ्या.''

मी चकित झालो.

आबांनी नथ उचलून पाहिली आणि म्हटले, ''होय, जिन्नस आमचाच आहे चंद्रू. आणून दिलास म्हणून काय बक्षीस देऊ? देण्याजोगं काही राहिलं नाही बघ जवळ.''

चंद्रू हात जोडून म्हणाला, ''काही नगं मला. आमावर ध्यान हाये, तेवढं ऱ्हाऊ द्या. आमिबी बेईमानी झालू, असं म्हनत्यात. मला बगा, वाईट-वाईट वाटतं.''

''छे, छे! अरे, असं कुटं झालंय का? वेळ येते, जाते. आपल्याला

ह्याच गावात जगायचं आहे.''

चंद्रूचा सुरकुतला चेहरा उजळून गेला.

''या बोलण्यात सगळं आलं बगा.''

आईने पदरात टाकलेली दशमी घेऊन फार अभिमानानं चंद्रू माघारी गेला. आबा त्याच्याकडे पाहत होते.

मी म्हणालो, ''नथ कशी सापडली ह्याला, बघू.''

आबा हसून म्हणाले, ''अरे, खोटी नथ आहे. गौरीच्या मुखवट्यांना घालायची.''

''होय? हात् तेच्या! मग तुम्ही बरे बोलला नाहीत त्याला?''

''असू दे म्हणालो. त्याला जर वाटतंय की, आपण विश्वासानं किमती दागिना परत केला, तर ही नथ खोटी आहे सांगून हिरमोड कशाला करू त्याचा? आता नातवांना सांगायला गोष्ट झाली त्याला एक!''

मला आबांचे नवल वाटले आणि चंद्रूचेही!

मी रामचंद्राला ही हकिकत सांगितली तेव्हा तो हसला म्हणाला, ''मोठी लबाड माणसं असतात ही. त्यालासुद्धा कळलं असेल अगोदरच, ही नथ खोटी आहे ते. खरी नथ सापडल्यावर परत देणार होय तो? नाव सोड! खोटी होती हे कळल्यावर उगीच भाबडेपणाचं सोंग घेऊन आला.''

रामचंद्राचे हे बोलणे ऐकून माझा चेहरा विरमून गेला.

पाटलाच्या घरात राहिलो होतो, तरी आईचे सोवळे-ओवळे चालूच होते. इथे लागू नकोस, तिथे शिवू नकोस, असं ती पाटलांच्या मुलांना म्हणतच होती. आमचा स्वयंपाक वेगळ्या चुलीवर शिजत होता.

मी म्हणालो, ''आई, वेगळी चूल कशाला? तीच चूल नाही का चालत? अजून शिवाशीव पाळायचीच का?''

आई म्हणाली, ''अरे, आता तुम्ही सोडा सगळं. आमचं हे असंच चालायचं. घरं जळली म्हणून बदलायचं नाही. आम्ही जळेपर्यंत असंच चालायचं बघ.''

मुंबईहून तात्याचे पत्र आले होते. ''सर्व जण इकडे निघून या. झाले गेले त्याचे दुःख नको.'' असा मजकूर होता.

पत्र वाचून रामचंद्र म्हणाला, ''मुंबईचे बिऱ्हाड तीन खोल्यांचे.

एवढ्याशा जागेत अकरा-बारा माणसे कशी राहणार? शिवाय मुंबईची राहणी. एवढा खर्च तात्याला झेपणार कसा? सगळे कोडे आहे.''

आई म्हणाली, ''अरे, आपण काही कायमचे का जाणार आहोत? थोडं स्थिरस्थावर झालं की परत येऊ. घर गेलं. जागा तरी नाही गेली कुठं. भिंती उभ्या आहेत त्यावर पत्रे टाकून निवारा करू.''

वाळक्या अंगाचा रामचंद्र चिडून बोलला.

''अगं, पण ताटंवाट्यांपासून, अंथरुणा-पांघरुणापासून सगळं पुन्हा केलं पाहिजे आणि कुणाला ठाऊक, पुढं काय-काय होतंय ते. खेड्यात राहणं आता धोक्याचं आहे. ब्राह्मणब्राह्मणेतर हे विष एकदा कालवलं गेलंय. आता आपलं वर्चस्व काय, इथलं राहणंसुद्धा नकोसं होईल गावकऱ्यांना. इतके दिवस आमच्या बायकांनी ब्राह्मणांची उष्टी भांडी विसळली; आता आमच्या घरी ब्राह्मणाच्या बायकांनी अशी कामं केली पाहिजेत, असं म्हणण्यापर्यंत मजल गेलीय लोकांची.''

आई शांतपणाने बोलली, ''चार दिवस बोलतील असं. पुढं त्यांना आपली चूक कळून येईल.''

''तू अजून जुन्या काळात आहेस. परिस्थितीची जाणीव तुला नाही आई.''

''बरं, नसू दे. चांगला दिवस बघ आणि वाटेकऱ्याला गाडी सांग स्टेशनपर्यंत. आम्हाला मुंबईला पोहोचव. काय करायचं, काय नाही हे तुझ्या थोरल्या भावाला विचारून ठरव.''

घरात अशी बोलणी सुरू झाली तेव्हा मी एक दिवस नांदवडीला जाऊन आलो. बरीच ब्राह्मण कुटुंबे शहरगावी असलेल्या आपल्या माणसांकडे गेली होती. यशवंताच्या घराला कुलूप होतं. पुजाऱ्यांकडे चौकशी केल्यावर समजलं की, सगळे जण पंढरपूरला नानाकडे गेले आहेत. यशवंता चार दिवसांनी परस्पर पुण्याला जाणार आहे. गोपूच्या घरी सगळे ठीक होते.

धोंडोपंत जोराने मला म्हणाले, ''ब्राह्मणांनी गाव सोडणं भ्याडपणाचं आहे. आम्ही हिमतीनं इथंच राहू. समाजातली आमची जागा कधीच जाणार नाही. कारण ती आम्ही मिळविलेली आहे. आमच्यापाशी बुद्धी आहे, संस्कृती आहे; आम्ही कसे खाली जाऊ? शंकर, पडखाऊ धोरण आत्मघातकी आहे.''

मी सकाळपासून संध्याकाळपर्यंत गावात होतो. आता गाव कसे खायला येत होते. लोकांच्या तोंडात जाळपोळीशिवाय दुसरा विषय नव्हता. ब्राह्मणांच्या चेहऱ्यावर उद्विग्नता होती. अगोदरच दरिद्री असलेली ब्राह्मण कुटुंबं उघड्यावर पडली होती. लोकांच्या निस्तेज तोंडाकडे, मळक्या-फाटक्या कपड्यांकडे बघवत नव्हते. त्यांची चिडीची, निराशेची बोलणी ऐकवत नव्हती.

मी परत आलो त्याच्या दुसऱ्या दिवशीच घरात बांधाबांध सुरू झाली.

तिसऱ्या प्रहरी आबा अंथरुणावर उठून बसले होते. निरोप घेण्यासाठी मारुतीच्या देवळाकडे जाण्याच्या तयारीत होते. मी विचारायला गेलो तेव्हा रुमाल बांधता-बांधता त्यांनी वर बघितलं.

मी विचारलं, "सगळ्यांनी जायचं आबा, मुंबईला?"

"तर? कशाला राहायचं रे आता इथं? काय राहिलंय आता गावात?"

आई परत यायचे म्हणत होती. आबांच्या बोलण्यावरून मला तसे वाटले नाही. गाव सोडण्याचा त्यांनी निश्चय केला असावा असे वाटले.

काठी टेकीत-टेकीत आबा बाहेर पडले आणि सर्वांकडे जाऊन आले. घरे कुणाचीच जाग्यावर नव्हती, पण मारुतीच्या देवळात राहिलेल्या लोकांचा, रामूकाकांचा निरोप घेऊन आले. विनायकराव आबा थोरल्या मुलाकडे राहायला चालले ही गोष्ट सगळीकडे कळली. म्हातारपणी गावात मरण यावे म्हणून पेन्शन घेऊन आलेला, गेली सात-आठ वर्षे गावात राहिलेला आबा मुलाबाळांसह गाव सोडून चालला. परत कधी येणार का नाही याबद्दल काही बोलला नाही, याची सर्वांना हळहळ वाटली.

गुरुवारी सकाळी, भल्या पहाटे गाडी जोडून स्टेशनला जायचे ठरले.

रात्री जेवणखाण आटोपल्यावर गावातील चार कर्ती माणसे आबांकडे आली. तुकदेव पाटील, भानुदास कारंडे, काळा महादेव, विष्णुदास सोनार अशी काही वेचक मंडळी होती. आबांनी 'या' म्हटले. मंडळी येऊन सोप्यात बसली.

तुकदेव पाटलांनी विचारले, "तुमी चालला म्हनं गाव सोडून?"

"सोडून कुठं जाणार? कुठंही गेलं तरी माती इथंच पडणार की "

"व्हय, माती पडावी म्हणून तर जग फिरून दिवस मावळायला हितं आला. पर आमाला कळलं, मुंबईला चालला सगळं उचलून."

"चाललोय खरा."

मला वाटते, सर्वांचे पुढारीपण भानुदासकडे होते. वयाने ते आबांच्या बरोबरीचे होते.

पुढे सरकून त्यांनी आबांचा हात हातात घेतला.

"घर जळलं म्हनून तुमी हादरलाय काय आबा? अवं, जळलं तर जळलं. आमी बांधून दिऊ. भायेरची मानसं आली, त्यात बेफाम झाल्याली, त्येंच्या हातात हत्यारंपात्यारं म्हनून आमचं काय चाललं न्हाई."

एवढं बोलून भानुदास कारंड्यांनी आबांच्या चेहऱ्याकडे बघून घेतले. अदमास घेऊन ते पुढे म्हणाले, "तसं म्हना, न्हाई तर आमी भ्यालो, आन् बांगड्या भरून गप्प बसलो असं म्हना, पर झाली नुकसानी भरून काढनं, हे काम आमच्या ताकदीपल्याडचं न्हाई. घर-घर काय घिऊन बसलाय? होतं त्याच्या दुप्पट घर मी सोता उभं करून देतो तुमाला. लबाड म्हनू नका, धा जनांत बोलतोय! काय रं तुका?"

तुकदेवही हातवारे करून बोलला, "अवं, काय अवघड हाय त्यात? गाड्या हायेत, बैल हायेत. मळ्यात झाडं हायेत. आबा, शप्पत खोटं न्हाई. आमच्याकडं लागलं तुजं घर."

वडील मान हलवून म्हणाले, "पण या अगोदर तुम्ही मला कधी मदत केलेली नाही का? घर बांधून देणं; तुमच्या हातचा मळ आहे याची खात्री आहे मला!"

यावर म्हातारे सोनारबाबा म्हणाले, "मग का जातोस रं?"

"पोरानं बोलावलंय म्हणून जातो!"

"सगळं घरबार उचलून?"

थोडा वेळ गप्प राहून वडील म्हणाले, "खरं सांगायचं म्हणजे या गावात मला आता गमत नाही. याउप्पर इथं राहणं नको-नको वाटतं."

लोकांनी पुष्कळ समजूत घातली, पण वडील राहायला राजी नव्हते. शेवटी निराश होऊन सगळे उठून उभे राहिले.

भानुदास म्हणाला, "आबा, तुमी गाव सोडावं, असं आमाला वाटत न्हाई. याउप्पर तुमची मर्जी!"

वडील म्हणाले, "एवढं म्हणाला, यातच मला आनंद आहे. हाच

लोभ शेवटपर्यंत राहू द्या. आता खंडोबारायापाशी दुसरं मागणं नाही!''

पहाटे तोंडाला तोंड दिसत नव्हते, तरी पाच-पंचवीस माणसे गाडीमागे घालवत आली. भाऊबंदांपैकी होते. इतर गावकरीही होते. गावओढा आला तेव्हा आबा म्हणाले, ''बरं आहे मंडळी. नमस्कार. आता फिरा माघारी.''

थोडी रेंगाळून मंडळी मागे फिरली. आबा चढून गाडीत बसले. आई अगोदरच बसली होती. दिनूही बसला होता. मी आणि रामचंद्र चाकोरी धरून गाडीमागे चालत राहिलो.

दिशा उजळल्या आणि गावाबाहेर असलेल्या खंडोबारायाचे देऊळ दिसले. कुळदैवताकडे बघून आईने हात जोडले. वडिलांनी जोडले.

मग स्वत:ला सावरून ते गाडीवानाला बोलले, ''हं दबाव आता बैलांना. जाऊ देत जोरानं.''

सखाराम आणि ईश्वरा रामोशी अद्याप मागे फिरले नव्हते. गाडी पळू लागताच तेही मागून पळू लागले.

''सखाराम, मागे फिरा बाबांनो!''

''आबा, तुमचं जानं कसनुसं लागतंय.''

''खरं सांगा, खंडुबाची आण घिऊन. गाव कायमचं सोडलं का तुमी?''

आबा बाव्हखडावरून खाली वाकून म्हणाले, ''मी पुष्कळ म्हणतोय कायमचं सोडावं. पण ते झेपणार आहे का मला? अजून शीव संपली नाही तवर माझ्या पोटात कालवायला लागलंय. नोकरीधंद्यासाठी जन्मभर बाहेर हिंडलो. म्हातारपणी गावात आलो. माझा प्राण दुसऱ्या गावात जायचा नाही ईश्वरा!''

एकोणीसशे त्रेसष्ट

तेरा नोव्हेंबर एकोणीसशे अठ्ठेचाळीसला आबा वारले. मुंबईलाच! पाठोपाठ एका वर्षाच्या आत आईही वारली.

आमचे घर पुन्हा बांधले आहे; पण पूर्वीसारखे नाही. तगाईच्या पैशांतून मागल्या बाजूस पाच खण पत्रा बांधलेला आहे. रामचंद्राचे कुटुंब आणि दिनू तिथे राहतात. रामचंद्र गावातच शिक्षक आहे. तो आता खादीचा नेहरू सदरा आणि गांधी टोपी अशा वेषात असतो. काँग्रेस कार्यकर्ता म्हणून त्याला ओळखतात. दिनूचे शिक्षण मॅट्रिकच्या पुढे झाले नाही. कुळकायद्याने जाऊ नयेत म्हणून जमिनी घरीच ठेवल्या आहेत. दिनू सगळे पाहतो. गेल्या ग्रामपंचायतीच्या निवडणुकीला तो उभा राहिला होता. पण त्याचे डिपॉझिट जप्त झाले. ब्राह्मणांपैकी तो एकटाच उमेदवार उभा होता.

आठांपैकी गावातील एकही घर पुन्हा पहिल्यासारखे बांधलेले नाही. रामूकाकांनीही गाव सोडून तालुक्याला स्टेशनरीचे दुकान घातले आहे.

नांदवडीत यशवंताचे आता कोणी नाही. वडील, आई आणि अण्णा तीन वर्षांच्या काळात वारली. नंतर लगेच घर विकले. ते धोंडोपंत वकिलांनी घेतले. अण्णांची मुलेबाळे आणि बायको पंढरपुरी वेगळे बिऱ्हाड करून राहतात.

धोंडोपंत वकील अगदी अलीअलीकडे वारले. नांदवडीचा मळा, शेतजमिनी, घरे विकून गोपूने पुण्याला मोठा बंगला बांधला आहे. वर आपण राहतो, खाली भाडेकरू ठेवले आहेत.

मी गावी क्वचित जातो. मुले 'आम्ही पुण्याचे' म्हणून सांगतात.